இனயம் துறைமுகம்

கிறிஸ்டோபர் ஆன்றணி

இனயம் துறைமுகம்

கிறிஸ்டோபர் ஆன்றணி

எதிர் வெளியீடு

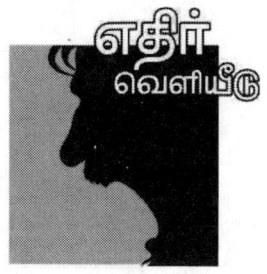

இனயம் துறைமுகம்

கட்டுரைகள்
கிறிஸ்டோபர் ஆன்றனி

முதல் பதிப்பு: செப்டம்பர் 2017

எதிர் வெளியீடு,
96, நியூ ஸ்கீம் ரோடு, பொள்ளாச்சி - 642 002.
தொலைபேசி: 04259 -226012, 99425 11302.

விலை: ரூ. 120

Enayam Thuraimukam

Essays

© Christopher Antony

First Edition: September 2017

Published by
Ethir Veliyedu, 96, New Scheme Road, Pollachi - 642 002.
email: ethirveliyedu@gmail.com
www.ethirveliyedu.in

Price: ₹ 120

ISBN: 978-81-933955-9-2

Layout : Publishing Next
Printed at Jothy Enterprises, Chennai.

All rights reserved. No part of this book may be reprinted or reproduced or utilised in any form or by any electronic, mechanical or other means, now known or hereafter invented, including photocoping and recording, or in any information storage or retrieval system, without permission in writing from the Publisher.

கிறிஸ்டோபர் ஆன்றணி

- வள்ளவிளை கடற்கரை கிராமத்தை பிறப்பிடமாகக் கொண்ட இவர் தற்போது தன் மனைவி மற்றும் நான்கு குழந்தைகளுடன் அமெரிக்காவில் வசித்துவருகிறார்.
- தன்னுடைய வாழ்நாளின் பெரும்பகுதியை நெய்தல் மக்களுக்காகவும், அவர்களின் பண்டைய வரலாறுகளைத் தேடித் தேடிக் கண்டுபிடிப்பதிலும், அதை ஆய்வு செய்வதிலும், மீட்டுருவாக்கம் செய்வதிலும், ஆவணப்படுத்துவதிலும் செலவிட்டுக்கொண்டிருக்கிறார்.
- துறைவன் என்ற புதினம் வாயிலாக முக்குவா இனக்குழுவின் பண்டைய வரலாற்றை வெளியுலகிற்கு அறிமுகப்படுத்தியவர். உயிர்மை விருது போன்ற பல விருதுகளைப் பெற்றவர்.
- ஆய்வுகள் பக்கமே செல்லமுடியாத என்னைப்போன்ற நெய்தல் படைப்பாளிகளுக்கு இவரது ஆய்வுகள் ஒரு பெரும் கண்திறப்பு.
- வளர்ச்சி என்ற பெயராலும், கார்ப்பரேட்டுகளின் நிர்பந்தத்தினாலும் இந்திய அரசு கடலோரங்களில் கொண்டுவரும் திட்டங்களின் ஆணிவேரை ஆராய்ந்து அது பாரம்பரிய மக்களின் வீழ்ச்சிக்கு எந்தவகையில் காரணமாகும் என்பதை அறிவியல்பூர்வமாக ஆய்வு செய்பவர்.
- இனயம் துறைமுகம் என்ற இப்புத்தகம் அதற்கொரு சான்று.

– குறும்பனை சி. பெர்லின்

உள்ளே...

அணிந்துரை / 9

என்னுரை / 15

1. சில கேள்விகள் / 22
2. டிப்சா / 26
3. மச்சிமார் / 31
4. குளச்சலா? இனயமா? / 35
5. பாரதநாடு / 39
6. உலகின் சயரோகம் / 43
7. வெட்ஜ் பேங்க் / 50
8. கனவு மெய்ப்படுமா? / 60
9. புதுச்சட்டம் / 63
10. ஆழிப்பழம் / 68
11. சூதாட்டத் திட்டம் / 81
12. பவளப்பாறை வறட்சி / 84
13. உள்ளடிவேலை / 88
14. சிறைமீன்கள் / 91
15. படகோட்டிகள் / 106

அணிந்துரை

கன்னியாகுமரி மாவட்டம் நிலவியல்படி நான்கு நிலங்களைக் கொண்டது. 1620 சதுர கிலோமீட்டர் பரப்பளவுள்ள மிகச்சிறிய மாவட்டத்தில் 31 சதவிகிதம் காடுகள். அடர்காடுகளில் 500 சதுர கிலோமீட்டர்கள் போக மீதியுள்ள 1120 சதுர கிலோமீட்டர் பரப்பளவில்தான் மக்கள் வாழ்கின்றனர். ஒரு சதுர கிலோமீட்டரில் 1111 பேர் என்ற அளவில் மிக நெருக்கமாக வாழ்கின்றனர். 72 கிலோமீட்டர் நீள கடற்கரையில் வாழும் மீனவ மக்கள் ஒரு சதுர கிலோமீட்டருக்கு சுமார் 4500 பேர் வாழ்கின்றார்கள் என்பதை நம்பமுடிகிறதா? அதுதான் உண்மை.

மலையும் மலை சார்ந்த பகுதியான குறிஞ்சி; காடும் காடும் சார்ந்த முல்லை; வயலும் வயல் சார்ந்த மருதம்; கடலும் கடல் சார்ந்த நெய்தல் என்ற வளமான நான்கு நிலங்களைக் கொண்டு, மக்களும் உயிரினங்களும் வாழ்வதற்குப் பொருத்தமான மாவட்டத்தை, பாலை நிலமாக்கத் துடிக்கும் திட்டம்தான் இனயம் சர்வதேச சரக்குப் பெட்டக மாற்று முனையத் திட்டம் (EICTT). இது மிகைப்படுத்தப்பட்ட விமர்சனம் என்று நினைத்தால்...

இனயம் சர்வதேச சரக்குப் பெட்டக மாற்று முனையத் துறைமுகம் செயல்படுத்துவதற்காக, இந்திய கப்பல்துறை தூத்துக்குடி வ.உ.சி. துறைமுகப் பொறுப்புக்கழகம் மூலமாக ஸ்பெயின் நாட்டிலுள்ள டிப்சா (TYPSA) என்ற நிறுவனம் ஆய்வு செய்து வெளியிட்ட, 850 பக்கம் கொண்ட தொழில்நுட்பப் பொருளாதார ஆய்வறிக்கை (Techno Economic Feasiblity Report) சொல்வது இதுதான்:

இனயம் முதல் குளச்சல் வரையுள்ள 10 கிலோமீட்டர் நீள கடற்கரை நிலங்கள்தான் துறைமுகப்பகுதி. கடற்கரை நிலமென்பது கடலோர மண்டல ஒழுங்குமுறைச் சட்டத்திற்குள் வருகின்ற, கடலிலிருந்து நிலப்பகுதிக்குள் 500 மீட்டர் நீளமுள்ள கடலோரப் பகுதிகளில் வாழும் மக்களின் நிலங்கள் நஷ்டபூமியாக மாறும் என்று சொல்கிறது. (10 X 0.5 = 5 சதுர கிலோமீட்டர்கள்). சரக்குகளுக்கான பண்டக

சாலைகளுக்கு, கண்டைனர்களை அடுக்கி வைப்பதற்கு, கண்டைனர் லாரிகளை நிறுத்துவதற்கு, அலுவலக கட்டுமானங்கள் கட்டுவதற்கு, தங்குவதற்கான கட்டமைப்புகளை கட்டுவதற்கு, தொழிற்சாலைகள் அமைப்பதற்கு, சுற்றுலா வளர்ச்சிக்கு மற்றும் ராணுவ பாதுகாப்பு கட்டமைப்புகளுக்காக மூன்று கிலோமீட்டர் நீளத்திற்கும் இரண்டரை கிலோமீட்டர் அகலத்திற்கும் ஸ்கோப் ஏரியா தேவைப்படுகிறது என்று டிப்சாவின் அறிக்கை சொல்கிறது.

துறைமுகப் பகுதியின் இரண்டு எல்லையிலிருந்தும் கிழக்காகவும் அதுபோல் மேற்காகவும் 15 கிலோமீட்டர் சுற்றளவு நிலப்பரப்பு துறைமுகத்தினால் பாதிப்புக்கு உள்ளாகும் பகுதி என்று TOR (Term of Reference) சொல்கிறது. அப்படிப் பார்த்தால் 10 கிலோமீட்டர் துறைமுகப் பகுதி, 15 கிலோமீட்டர் கிழக்கு மற்றும் மேற்குப்பகுதி, 15 கிலோமீட்டர் சுற்றளவுப்பகுதி என்று (10 + 15 + 15) X 15, அதாவது 40 X 15 = 600 சதுர கிலோமீட்டர்கள் துறைமுகத்தால் பாதிக்கப்படும் பகுதியாக மாறிப்போகும் என்று நாங்கள் சொல்லவில்லை, மாறாக டிப்சா அறிக்கையும் TOR-ம் சொல்கிறது.

அப்படியென்றால் 1620 சதுர கிலோமீட்டர் பரப்பளவுள்ள குமரி மாவட்டத்தில், 31 சதவிகிதம் காடுகள் அமைந்திருக்கும் பகுதியான 500 சதுர கிலோமீட்டர் போக மீதியுள்ள 1120 சதுர கிலோமீட்டரில், 600 சதுர கிலோமீட்டர் துறைமுகத்தால் பாதிக்கும் பகுதியாக மாறினால் மீதியுள்ள 520 சதுர கிலோமீட்டரில் குமரி மாவட்ட மக்களை அடக்கிவிட முடியுமா? இது என்ன பெட்டிகளை மேலே மேலே அடுக்கிவைக்கும் திட்டமா? 40 கிலோமீட்டர் கடற்கரைச் சமூகங்கள் கடலில் இறங்கவே முடியாதே! இவர்களுக்கு வேறு எங்கோ ஒரு இடத்தில் குடியிருப்புகள் அமைத்துக் கொடுக்கலாம். கடலையும் அங்கு கொண்டுசென்று அவர்கள் வாழ்வாதாரத்தை மீட்டுக்கொடுக்க முடியுமா? ஏனென்றால் அவர்களுக்குக் கடலில் மீன்பிடிப்பதைத் தவிர வேறு எந்தத் தொழிலும் தெரியாதே! பாரம்பரிய மக்கள் சொந்த மண்ணில் அகதிகளாக்கும் திட்டமல்லவா இது.

துறைமுக பாதிப்புப் பகுதியான 600 சதுர கிலோமீட்டரில் சிறப்புப் பொருளாதார மண்டலங்களை (Special Economic Zone) உருவாக்கி, தொழிற்சாலைகள், தொழிற்பேட்டைகள், சுற்றுலாத் திட்டங்கள் மற்றும் ராணுவ பாதுகாப்பு அம்சங்கள் அமைக்கப்படும் என்று சொல்கிறார்கள். துறைமுகத்தை ஒட்டிய பகுதிகள் கிண்டர் லேண்ட்-டாக (கடற்கரைக்குப் பின்புறம் உள்ள நிலப் பகுதி) மாறிவிடும். ஏற்கெனவே, ஆஸ்திரேலியாவிலுள்ள கார்மைக்கேல் நிலக்கரிச் சுரங்க

உரிமையை அதானி குழுமம் பெற்றிருக்கின்றது. கார்மைக்கேல் நிலக்கரிச் சுரங்கத்திலிருந்து வெட்டியெடுக்கப்படும் நிலக்கரியை தாய்க்கப்பல் மூலமாக இனயம் துறைமுகத்திற்குக் கொண்டுவந்து, அதை கன்வேயர் வழியாக ஓடவிட்டு, பின்னர் அதைத் தொழிற்சாலையில் கொண்டு சென்று சுத்தப்படுத்தினால், கரித்துகள்கள் காற்றில்பரவி வழி மண்டலம் அனைத்தும் மிகப்பெரும் பாதிப்புக்கு உள்ளாகுமே.

ரிலையன்ஸ் போன்ற நிறுவனங்கள் வெளிநாடுகளிலிருந்து கச்சா எண்ணெயையும், இயற்கை எரிவாயுவையும் இனயம் துறைமுகத்திற்குக் கொண்டுவந்து, கிண்டர் லேண்டில் சுத்திகரிப்பு ஆலையை அமைத்து சுத்திகரிப்பு நடந்தால், நீர், நிலம் காற்று, ஆகாயம் என அனைத்துச் சுற்றுச்சூழலும் பாதிக்கப்படுமே! இப்படி அமைக்கப்படும் ஆலையைச் சுற்றி நான்கு கிலோமீட்டர் சுற்றளவுக்கு எந்த மக்களும் வசிக்கக்கூடாது. குடியிருப்புகள் அமைக்கக்கூடாது என மத்திய சுற்றுச்சூழல் துறையின் கண்டிப்பான சட்டம் சொல்கிறதே!

ஆறுவழிச்சாலையும், இரட்டை ரயில் பாதையும் அமைக்கப்படும்போது அதன் வழித்தடத்திலுள்ள அத்தனை நீர்நிலைகளும், விவசாய வளங்களும் அழிவுக்கு உள்ளாகும் என்று டிப்சா அறிக்கை சொல்கிறதே! துறைமுகக் கட்டுமானத்திற்கென்று ஒரு நாளைக்கு லட்சத்துப் பத்தாயிரம் லிட்டர் தண்ணீரும், துறைமுகம் செயல்பாட்டிற்கு வரும்போது ஒரு நாளைக்கு ஐந்து லட்சம் லிட்டர் தண்ணீரும் தேவைப்படும் என்று சொல்லப்படுகிறதே! அப்படியானால், குமரி மாவட்டத்தின் நிலத்தடி நீரும் அவர்கள் தண்ணீர் எடுக்க உத்தேசித்திருக்கும் பேச்சிப்பாறை அணைத் தண்ணீரும் எத்தனை நாளைக்குத் தாக்குப்பிடிக்கும்? குமரி மாவட்டமும் பேச்சிப்பாறை அணையும் வறண்டு போகுமே!

3000 ஏக்கர் கடலை நிரத்தி நிலப்பரப்பாக மாற்றவும், 8900 மீட்டர் நீளத்திற்கு தடுப்புச்சுவர் அமைக்கவும், கல்லையும் மணலையும் எங்கிருந்து கொண்டுவருவார்கள்? துறைமுகத்தில் அலைத் தடுப்புச்சுவர் அமைக்க பெரிய பாறைகளைக் கொண்டுவந்து கடலில் கொட்டி தடுப்புச்சுவர் அமைக்கப்போகிறார்களாம். 9 கிலோமீட்டர் நீளம், 21 மீட்டர் ஆழம், கடல் மணலுக்கு அடியில் 10 மீட்டர் அஸ்திவாரம், கடல்மட்டத்திற்கு மேல் 3 மீட்டர் உயரம் என்று தடுப்புச்சுவர் அமைக்க 2 கோடி மெட்ரிக் டன் கற்பாறைகள் தேவைப்படும் என்று அறிக்கையில் சொல்லப்பட்டுள்ளது. அந்த பாறைகளை எங்கிருந்து கொண்டுவருவார்கள்? ஏற்கெனவே, அதானியின் விழிஞ்சம் துறைமுகத்திற்காக நெய்யாற்றின்கரையில் ஒரு மலையும், குமரி மாவட்டம் தக்கலையில் இன்னொரு மலையும் பெயர்க்கப்பட்டுவருகின்றது. கேரளா தொடங்கி தமிழ்நாட்டின் குமரி

மாவட்டம் வழியாக நீலகிரி, கோயம்புத்தூர் வரை நீண்டு பரந்துள்ள மேற்குத்தொடர்ச்சிமலை, ஒட்டுமொத்த மக்களுக்கும் நல்ல காற்றை, நல்ல மழையை, நல்ல தண்ணீரை, நல்ல குளிர்ச்சியை, நல்ல இயற்கை வளத்தைத் தந்துகொண்டிருக்கின்றது. துறைமுகம் கட்ட இந்த மலைகளைப் பெயர்த்துக் கடலில் கொட்டினால், மேற்குத்தொடர்ச்சிமலையின் கண்ணிகள் துண்டுபட்டு சுற்றுச்சூழலே சிதைந்து, வளம் அழிந்து போகுமே! இதுகூடவா தெரியாமல் இருக்கிறது?

குமரி மாவட்ட கடற்கரைப் பகுதி மிகப்பெரிய கடலரிப்பு பாதிப்புகளுக்கு உட்பட்ட பகுதி. கடலரிப்பிற்கு உள்ளாகும் ஒரு கிராமத்தைக் காக்க 150 மீட்டர் நீளத்திற்கு கடலுக்குள் தூண்டில் வளைவு தடுப்புச்சுவர் அமைக்கும்போது அதன் மேற்குப்பக்கம் உள்ள கிராமத்தில் 50 மீட்டர் தூரத்திற்கு கடல்நீர் உட்புகுந்து அந்தக் கிராமமே பாதிப்பிற்குள்ளாகின்றது. இதைக் கண்கூடாகப் பார்த்துக்கொண்டிருக்கின்றோம். கடந்த 20 ஆண்டுகளில் ஏறக்குறைய 200 மீட்டர் கடற்கரை நிலப்பரப்பு கடலுக்குள் சென்றுவிட்டது. இந்த இனயம் ராட்சதத் துறைமுகத்திற்காக 9 கிலோமீட்டர் கடலுக்குள் தடுப்புச்சுவர் அமைத்தால் கடலின் எதிர்த்தாக்குதலை தாக்குப்பிடிக்க முடியாமல் துறைமுகத்திற்கு மேற்குப்பக்கம் உள்ள இனயம், புத்தன்துறை, ராமன்துறை, முள்ளூர்துறை, இரையும்மன்துறை, பூத்துறை, தூத்தூர், சின்னத்துறை, இரவிபுத்தன்துறை, வள்ளவிளை, மார்த்தாண்டன்துறை, நீரோடி, பொழியூர், கொல்லங்கோடு போன்ற கிராமங்கள் இன்னும் 10 ஆண்டுகளுக்குள் அழிந்துவிடும் என்ற அச்சம் ஏற்பட்டுள்ளதோடு, இன்னும் 30 ஆண்டுகளுக்குள் தேங்காய்ப்பட்டணம், பைங்குளம், காஞ் சாம்புறம், நித்திரவிளை, ஊரம்பு, நம்பாளி வரை கடல்நீர் புகுந்துவிட வாய்ப்புள்ளதென்று ஆய்வாளர்களும், தொழில்சார் வல்லுநர்களும் சொல்கின்றார்கள். விழிஞ்சம் துறைமுகத்தால் வலியதுறை கிராமம் கடலுக்குள் மூழ்கிக்கொண்டிருப்பது கண்முன் காணும் ஓர் உதாரணம்.

மேற்சொன்ன அனைத்து விசயங்களும் இட்டுக்கட்டி மிகைப்படுத்திச் சொன்னதல்ல. இவை அனைத்தும் டிப்சா அறிக்கையும், TOR-ம், தொழில்சார் வல்லுநர்களும் சொன்னவை. அதை வலுப்படுத்தும் வகையில் நண்பர் கிறிஸ்டோபர் ஆன்றணி அவர்கள் எழுதிய ‘இனயம் துறைமுகம்’ புத்தகம் மெய்ப்பித்து நிற்கிறது. இந்தப் புத்தகத்திற்காக நண்பர் மிகப்பெரும் அளவிற்கு உழைப்பையும் நேரத்தையும் செலவழித்திருக்கிறார். இந்தப் புத்தகத்திலுள்ள ஒவ்வொரு கட்டுரையும் மிகச்சிறந்த ஆய்வுகளின் வெளிப்பாடாகத்தெரிகிறது.

இந்தப் புத்தகத்தை ஆய்வுக்கு உட்படுத்துவதல்ல எனது நோக்கம். அதைப்படித்து, ஆய்வும் விமர்சனமும் செய்யவேண்டியது வாசகர்களின்

கடமை. ஆனால், இந்தப் புத்தகத்திலிருக்கும் "பாரத நாடு" என்னும் கட்டுரையில், பாரத நாடு என்னும் வங்காளச் சிறுகதை எவ்வாறு தங்கள் கையை நம்பி, யாரிடமும் கையேந்தாமல் வாழ்ந்துகொண்டிருந்த மக்களை, அன்னியரிடம் கையேந்தி நிற்கச்செய்யும் ஒரு பிச்சைக்கார சமூகமாக மாற்றியது என்பதை எடுத்தாண்டிருப்பது என்னை மெய்சிலிர்க்க வைத்தது.

வளர்ச்சி என்பது பாரம்பரிய மக்களின், ஒட்டுமொத்த நாட்டு மக்களின் வாழ்க்கைத் தரத்தை உயர்த்தும் வளர்ச்சியாக இருக்கவேண்டும். அது பன்னாட்டு முதலாளிகளின் பேராசைக்காக, நாட்டுமக்களை - பாரம்பரிய மக்களை கல்லறைக்குள், புதைகுழிக்குள் தள்ளும் வளர்ச்சியாக இருக்கக்கூடாது.

படகோட்டிகள் கட்டுரை முக்குவர் இனக்குழு குறித்து பல்வேறு கிடைத்தற்கரிய தகவல்களை நமக்குத் தருகிறது. முக்குவர்களின் பண்டைய வரலாறுகளை கேரளா சார்ந்த ஆய்வுகளிலும், இலங்கை சார்ந்த ஆய்வுகளிலும் படித்திருக்கிறோம். ஆனால், தமிழ்நாட்டில் சென்னப்பட்டினம் உருவான காலத்திலேயே முக்குவர் மக்களின் வரலாறு இருந்திருக்கின்றது என்பதை இந்தக் கட்டுரைகள் மூலம் அறிய முடிகிறது. மறைக்கப்பட்ட வரலாறுகளை மிகவும் சிரமப்பட்டு நுட்பமான ஆய்வுகள் மூலம் வெளிக்கொண்டுவந்திருக்கும் ஆசிரியருக்கு முக்குவர் சமூகம் எப்போதும் கடன்பட்டிருக்கும். ஏனென்றால், மீனவர்களைப் பழங்குடியினர் பட்டியலில் சேர்க்கவேண்டுமென்று மத்திய - மாநில அரசுகளுக்கு கோரிக்கைகள் வைத்துக்கொண்டிருக்கும் எங்களுக்கு இது மிகப்பெரிய ஆவணம். இந்தப் புத்தகம் மக்களுக்கு ஒரு தரவுக் களஞ்சியமாகவும், அறிவுச் சொத்தாகவும் இருக்கும் என்று நான் முழுமையாக நம்புகிறேன். அதற்காக இந்தப் புத்தகம் தந்த நண்பர் கிறிஸ்டோபர் ஆன்றணியை உச்சிமுகர்ந்து வாழ்த்துகிறேன். வாழ்க!

அன்புடன்

குறும்பனை சி. பெர்லின்

என்னுரை

கடந்த காலங்களை விட தற்போது கடலரிப்பு காரணமாக கடற்கரைகள் வெகுவிரைவாகச் சுருங்கிக்கொண்டிருக்கின்றன. மீனவர்கள் கடற்கரைகளிலிருந்து அந்நியப்பட்டுக்கொண்டே இருக்கிறார்கள். இந்தியாவின் மொத்தக் கடற்கரையில் 60% கடற்கரைகள் கடலரிப்பிற்கு உள்ளாகியிருக்கின்றது. கடந்த பதினைந்து வருடங்களில் 250 சதுர கிலோமீட்டர் அளவிற்கு இந்தியக் கடற்கரைகளை கடல்கொண்டிருக்கிறது. இதற்கு கடற்கரை சார்ந்த கட்டுமானங்களும் பருவநிலை மாற்றம் காரணமாக ஏற்படும் கடல் நீர்மட்ட உயர்வும் முக்கியக் காரணங்கள். கடற்கரையில் துறைமுகம் போன்ற கட்டுமானங்கள் அதிகரிக்க கடற்கரைகள் இன்னும் அழிந்துகொண்டேயிருக்கும். ஒவ்வொரு நாடும் தங்கள் நாட்டு எல்லையை விரிவாக்கம் செய்ய முயன்று கொண்டிருக்கும்போது, நமது கவனக்குறைவினாலும், தவறான முடிவுகளாலும், இந்திய நாட்டின் நிலப்பரப்பை க வி ம் சிறிது சிறிதாக நாம் இழந்துகொண்டிருக்கிறோம்.

நான் சிறுவனாக இருந்தபோது, எங்களுடைய வீட்டிற்குத் தெற்கில் இரண்டு வரிசை வீடுகளும், மூன்று வரிசை தென்னை மரங்களும் இருந்தன. தற்போது, தென்னை மரங்கள் இருந்ததற்கான தடயமில்லை. ஒரு வரிசை வீடுகளும் கடலரிப்பில் அழிந்துவிட்டன. ஐந்து வருடங்களுக்கு முன்பு, வள்ளவிளை மற்றும் இரவிபுத்தன்துறை கிராமங்களுக்கு இடைப்பட்ட கடற்கரைச் சாலை கடலரிப்பு காரணமாக முற்றிலும் சேதமடைந்தது. அந்தக் கடற்கரைச் சாலை இதுவரை சரிசெய்யப்படவில்லை. கடல் தொடர்ந்து முன்னேறிக்கொண்டே இருக்கிறது. அதை தடுப்பதற்கான முயற்சி இதுவரை மேற்கொள்ளப்பட்டதாகத் தெரியவில்லை. இந்த வருடம் மட்டும் வள்ளவிளையில் பத்திற்கும் அதிகமான வீடுகள் முழுவதுமாக கடலெடுத்திருக்கின்றது. தென்மேற்குக் கடற்கரையில் கேரளத்தை ஒட்டிய அனைத்து கடற்கரை கிராமங்களின் நிலையும் இதுதான்.

ஒரு நாட்டின் பொருளாதார வளர்ச்சிக்குத் துறைமுகங்கள்

பெரும்பங்காற்றுகின்றன. இந்தியாவின் ஒட்டுமொத்த கண்டைனர் சரக்கு வர்த்தகத்தில் 70 சதவிகிதம் துறைமுகங்களை அடிப்படையாகக்கொண்டு கடல்வழியாக நடக்கின்றது. சரக்கு வர்த்தகத்தை அதிகப்படுத்தும் நோக்கிலும், கடற்கரைகளில் தொழில்நுட்ப வளர்ச்சியை ஏற்படுத்தும் நோக்கிலும் புதிய துறைமுகங்களைக் கட்டுவதற்காக இந்திய அரசு 'சாகர்மாலா' என்னும் திட்டத்தை செயல்படுத்தத் துவங்கியிருக்கின்றது. சாகர்மாலா திட்டத்தின் ஒருபகுதியாக தமிழ்நாட்டின் கன்னியாகுமரி மாவட்டத்தின் தென்மேற்குக் கடற்கரையிலிருக்கும் இனயம் கிராமத்தில் 'பன்னாட்டு சரக்குப்பெட்டக மாற்று முனையம்' என்னும் பெயரில் 28,000 கோடி செலவில் ஒரு பெருந்துறைமுகத்தைக் கட்டுவதற்கு மத்திய அரசு திட்டமிட்டிருக்கின்றது. ஆனால், மத்திய அரசாங்கம் தேர்வு செய்துள்ள இனயம் துறைமுகப்பகுதியில் மக்கள் செறிவாக வசிக்கின்றார்கள்.

ஏற்கனவே, இனயத்திற்கு வெகு அருகில், 25 கிலோமீட்டர் வான்வெளி தொலைவில், கேரளாவின் விழிஞ்சத்தில் பன்னாட்டு துறைமுகம் கட்டப்பட்டு வருகின்றது. ஆனால், விழிஞ்சம் துறைமுகத்தினால் அரசாங்கத்திற்கு எந்தவித பலனுமில்லையென்று இந்தியாவின் தலைசிறந்த பொறியாளரான திரு. இ. ஸ்ரீதரனும், விழிஞ்சம் துறைமுகம் ஏற்கனவே கட்டப்பட்டுவருவதால், அதற்குப் பக்கத்திலிருக்கும் இனயம் பகுதியில் இன்னொரு துறைமுகம் தேவையில்லை என்று பாராளுமன்ற உறுப்பினர் திரு. சசி தரூரும், 'புதிய துறைமுகம் வரும்போது அதை சுற்றிய பகுதிகளில் துறைமுகத்தை நம்பியிருக்கும் தொழிற்பேட்டைகள் வேண்டும்; எந்த விதமான தொழில்களும் தொழிற்பேட்டைகளும் கன்னியாகுமரி மாவட்டத்தில் இல்லை. எனவே இனயம் துறைமுகத்திட்டம் தேவையற்ற ஒன்று' என்று கப்பல் நிபுணரும் சாகித்திய அகாடமி விருது பெற்ற எழுத்தாளருமான ஜோ டி' குரூஸ் அவர்களும் சொல்கின்றார்கள். இனயம் துறைமுகத்தினால் விழிஞ்சம் துறைமுகத்தின் வளர்ச்சி வெகுவாக பாதிக்கும் என்ற காரணத்தினால் கேரள அரசு இனயம் துறைமுகத்தை தீவிரமாக எதிர்ப்பதை நேர்மையானதாகவும், ஆக்கபூர்வமானதாகவும் எடுத்துக்கொள்ளவேண்டும்.

விழிஞ்சம் துறைமுகத்தை கேரள அரசும் அதானி குழுமமும் இணைந்து அரசு — தனியார் கூட்டுமுயற்சி (Public Private Partnership) முறையில் நிர்வகிக்கவிருக்கின்றார்கள். பொதுவாக அரசு - தனியார் கூட்டுமுயற்சி முறையில் முதல் 30 வருடங்கள் தனியாரும் அதன்பிறகு அரசும் துறைமுகத்தை நிர்வகிக்கவேண்டும். ஆனால், கேரள அரசு அதானி குழுமத்துடன் ஏற்படுத்திய ஒப்பந்தத்தில் விழிஞ்சம்

துறைமுகத்தை அதானி குழுமம் முதலில் 40 வருடங்களும் அதன் பிறகு 20 வருடங்களும் நிர்வகிக்கவிருப்பதாக குறிப்பிடப்பட்டுள்ளது. இதனால் கேரள அரசிற்கு 29,217 கோடி ரூபாய் அளவிற்கு இழப்பு ஏற்படுமென்று இந்தியாவின் தலைமை கணக்கு தணிக்கையாளரின் அறிக்கை சொல்கின்றது.

ஆனால், துறைமுகம் சார்ந்த தொழிலில் நிச்சயமற்ற எதிர்காலமும், தோல்வி ஏற்படுவதற்கான ஆபத்தும் இருப்பதால் தனியாருக்கு இதுபோன்ற சலுகைகளைச் செய்வதில் தவறில்லை என்று மர்மகோவா துறைமுகக் கழகத்தின் முன்னாள் தலைவர் திரு. ஜோஸ் பால் அவர்கள், கேரள அரசும் அதானி குழுமமும் கையெழுத்திட்ட ஒப்பந்தத்திற்கு ஆதரவாகப் பேசுகின்றார். விழிஞ்சம் துறைமுகத்தின் எதிர்காலமே நிச்சயமில்லாமல் இருக்கும்போது, விழிஞ்சத்திற்கு வெகுஅருகில் இனயத்தில் இன்னொரு பன்னாட்டு துறைமுகம் எதற்கு என்ற கேள்வியும் எழுகின்றது.

துறைமுகம் போன்ற கடல்சார்ந்த கட்டுமானங்கள் உள்நாட்டில் கட்டப்படும் கட்டுமானங்களைப் போன்றதல்ல. துறைமுகக் கட்டுமானங்கள் கடல் நீரோட்டங்களில் பெருமளவில் மாற்றங்களை ஏற்படுத்துவதாக ஆய்வுகள் சொல்கின்றன. இதன் காரணமாக கடலரிப்பு ஏற்படுகின்றது. துறைமுகங்கள் கடல் சூழியலுக்கு பெரும் பாதிப்பையும் ஏற்படுத்துகின்றன. இனயம் துறைமுகம் சார்ந்த கடற்கரைகள் அபாயகரமான கடலரிப்பு பகுதிகளில் இருக்கின்றன. இதுபோன்ற பகுதிகளில் துறைமுகம் போன்ற பெரிய கட்டுமானங்களை அனுமதிக்க முடியாதென்று கடந்த காங்கிரஸ் ஆட்சியில் 'சுற்றுச்சூழல் மற்றும் வனத்துறை' அமைச்சராக இருந்த திரு. ஜெயராம் ரமேஷ் சொல்லியிருந்தார். ஆனால், அவற்றை தற்போதைய சுற்றுச்சூழல் அமைச்சகம் பொருட்படுத்துவதாகத் தெரியவில்லை.

கடற்கரைகளில் கடலரிப்புக்கு துறைமுகக் கட்டுமானங்கள் முக்கியமான காரணியாக இருக்கின்றன. துறைமுகப்பகுதிகளின் ஒரு பக்கம் கடலரிப்பும், இன்னொரு பக்கம் கடற்கரை பெருக்கமும் இருப்பதை அனைத்து துறைமுகப்பகுதிகளிலும் காணமுடியும். எனவே, இனயம் போன்ற அபாயகரமான கடலரிப்புப் பகுதிகளில் கட்டப்படும் பெருந்துறைமுகங்கள் கடற்கரையை முற்றாக அழித்துவிடும் வல்லமை கொண்டது.

இனயம் துறைமுகத்திற்கு மாற்றாக தமிழகத்தின் தென்மேற்குக் கடற்கரையில் துறைமுகக் கட்டுமானத்திற்கு உகந்த வேறு இடங்கள்

இருப்பதாகத் தெரியவில்லை. இனயம் சார்ந்த கடற்கரைகளில் கட்டப்படும் துறைமுகங்கள் விழிஞ்சம் துறைமுகத்தின் துணைத்துறைமுகங்களைப் போன்றுதான் இருக்கும்.

இனயம் துறைமுகத்தினால் பாதிப்புகள்தான் அதிகமென்பதற்கான காரணங்களை கடந்த இரண்டு வருடங்களாக எழுதிய இந்தக் கட்டுரைகளின் வழியாக முன்வைத்திருக்கின்றேன். சுருக்கமாக சில காரணங்களை இங்கே தருகிறேன்.

1. இனயம் துறைமுகத்தின் மேற்கில் தீவிர கடலரிப்பு ஏற்பட்டு கடற்கரை கிராமங்களை கடல்கொள்ளும் அபாயம்.

2. வெட்ஜ் பேங்க் மற்றும் கடற்கரையை ஒட்டிய பவளப்பாறைகளுக்கு பெரும் பாதிப்பை ஏற்படுத்தும்.

3. இனயம் துறைமுகத்தில் நிலக்கரி இறக்குமதி செய்யப்படுவதால் சுற்றுச்சூழலுக்கு பாதிப்பு.

4. துறைமுகத்தில் இறக்குமதி செய்யப்படும் ரசாயனப் பொருட்கள் காரணமாக நிலத்தடி நீர் பாதிக்கும்.

5. கப்பல் கழிவுகள், எண்ணெய்க் கழிவுகள் போன்றவை பாரம்பரிய மீனவர்களின் வாழ்வாதாரத்தை அழிக்கும். அதுபோல், இனயம் பகுதியிலிருக்கும் அரியவகை ஆமைகளுக்கு பாதிப்பை ஏற்படுத்தும்.

6. கடலை ஆழப்படுத்துவதால் நீரோட்டத்துடன் அடித்துவரப்படும் கதிர்வீச்சு தனிமமணல் காரணமாக புற்றுநோய் அதிகரிக்கும் அபாயம்.

7. அதிகரிக்கும் கப்பல் போக்குவரத்து பாரம்பரிய மீனவர்களின் உயிருக்கும் உடைமைகளுக்கும் சவாலாக இருக்கும்.

8. உரிய ஆய்வுகள் செய்யப்படாமல் துறைமுகம் கட்டப்படுவதால் அது துறைமுகம் சார்ந்த பகுதிகளில் ஸ்திரத்தன்மையின்மையை ஏற்படுத்தும்.

9. இனயம் பகுதி ஏற்கெனவே சுனாமி பாதிப்பிற்குள்ளான பகுதியென்பதால், துறைமுகக் கட்டுமானம் சுனாமியின் பாதிப்பை இன்னும் அதிகரிக்கும்.

10. இனயத்திலிருந்து மேலக்குறும்பனை வரையிலான பாரம்பரிய மீனவர்கள் வேறு கடற்கரை கிராமங்களுக்கு இடம்பெயர்ந்து மீன்பிடிக்கும் சூழலை ஏற்படுத்தும்.

இந்தக் கட்டுரைகளும் பத்திகளும் யாருடைய மனதையும் புண்படுத்துவதற்காக எழுதப்பட்டவையல்ல. கடல் சூழலியல் மற்றும் மீனவர்களின் மீதான அக்கறையுடன் மட்டுமே எழுதப்பட்டிருக்கின்றது. இந்த கட்டுரைகளின் வழியாக மத்திய மாநில அரசுகள் மீனவர்களுக்கு ஆக்கப்பூர்வமாக என்னென்ன செய்யலாமென்பதை சுருக்கமாக இங்கே தருகிறேன்.

1. கடலரிப்பைத் தடுப்பதற்கான, நமது கடற்கரைகளுக்கு ஏதுவான கட்டுமானத்திற்கான உண்மையான ஆய்வுகளை விரிவாக மேற்கொள்ளவேண்டும். ஆய்வுகளின் அடிப்படையில் கட்டுமானத்தை துரிதமாகச் செயல்படுத்த வேண்டும். கடற்கரைகளில் சோதனை முயற்சியைக் கைவிடவேண்டும்.

2. கடலரிப்பைத் தடுப்பதற்கான கட்டுமானங்களினால் மீனவர்களின் பாரம்பரிய மீன்பிடி முறைகளுக்கும், கடற்கரைகளில் ஆமைகள் குஞ்சு பொரிப்பதற்கும், கடல் நீரோட்டத்திற்கும், சூழலியலுக்கும் எந்தவிதமான பாதிப்பும் ஏற்படாமல் பார்த்துக்கொள்ளவேண்டும்.

3. கடல் மற்றும் கடற்கரை சாரந்த, மீனவர்களின் வாழ்வாதாரம் மற்றும் வசிப்பிடம் சம்பந்தமான எந்தவிதமான புதிய சட்டங்களோ அல்லது சட்டத் திருத்தமோ மேற்கொள்ளும்போது அந்த சட்ட வரைவுகளை அந்தந்த பிராந்திய மொழியில் மொழிபெயர்ப்பு செய்து மீனவர்களுக்கு கிடைக்கச் செய்யவேண்டும். சட்ட வரைவு குறித்த விழிப்புணர்வை அரசு மீனவர்களுக்கு ஏற்படுத்த வேண்டும். மீனவர்களின் கருத்துகளுக்கு முன்னுரிமை அளிக்கவேண்டும். புதிதாகக் கொண்டுவரப்பட்டிருக்கும் 'பிரதான துறைமுக அதிகாரசபை மசோதா 2016' -ஐ நடைமுறைப்படுத்தும் பட்சத்தில், பிரதான துறைமுக வாரியத்தில் மீனவர்களுக்கு பிரதிநிதித்துவம் கிடைக்கும்படி செய்யவேண்டும்.

4. இந்தியாவிற்கு சொந்தமான, மீன்கள் செழித்து வளரும் வெட்ஜ் பேங்க் என்னும் பவளப்பாறைதிட்டுகளில் வெளிநாட்டு கப்பல்களும் படகுகளும் மீன்பிடிப்பதற்கான உரிமையை ரத்து செய்யவேண்டும். வெட்ஜ் பேங்கில் இந்திய மீனவர்கள் மீன்பிடிப்பதை ஊக்கப்படுத்த வேண்டும். இதனால் கிடைக்கும் அந்நிய செலாவணியும், வருவாயும் இனயம் துறைமுகத்தினால் கிடைக்கும் லாபத்தைவிட அதிகமாக இருக்கும்.

5. மீனவர்களுக்கு தேவையானது உலகத்தரம் வாய்ந்த சிறிய மீன்பிடித்

துறைமுகங்கள். தானியங்கு இயந்திரங்களை அடிப்படையாகக் கொண்டிருக்கும் இனயம் போன்ற பன்னாட்டு துறைமுகங்களை விட அதிகமான வேலைவாய்ப்பை இந்த சிறிய மீன்பிடித் துறைமுகங்களினால் உருவாக்க முடியும். பெருந்துறைமுகங்களை விட சிறு துறைமுகங்களினால் கடலரிப்பின் வீரியம் குறைவு. அதைப்போல், சிறந்த ஆய்வுகளின் அடிப்படையில் கட்டப்படும் சிறு துறைமுகங்கள் கடல் நீரோட்டத்தில் மாற்றத்தை ஏற்படுத்தாது என்று நம்புகின்றேன்.

6. மீனவர்களுக்கு பாதிப்பை ஏற்படுத்தும் இனயம் துறைமுகத்தை கைவிட்டுவிட்டு அந்தத் திட்ட மதிப்பின் ஒரு சிறுபகுதியைக் கொண்டு, ஏற்கெனவே அதிக அளவில் புற்றுநோயால் பாதிக்கப்பட்டிருக்கும் கன்னியாகுமரி மக்களுக்காக ஒரு உலகத்தரம் வாய்ந்த புற்றுநோய் மருத்துவமனையை உருவாக்க வேண்டும். இனயம் சார்ந்த பகுதியில் கடல் பொறியியல் மற்றும் கடலியல் ஆய்வுகளுக்கான கல்லூரி ஒன்றை உருவாக்க வேண்டும். அதில் பாரம்பரிய மீனவர்களின் குழந்தைகளுக்கு முன்னுரிமை அளிக்கவேண்டும்.

7. இனயத்திற்கு பக்கத்தில் கட்டப்பட்டுவரும் கேரளாவின் விழிஞ்சம் துறைமுகத்தினால் மீனவர்களுக்கு ஏற்படும் பாதிப்பிற்கு நிவாரணமாக, பிற்படுத்தப்பட்ட மக்களுக்கு கிடைக்கும் கல்விச்சலுகைகள் அனைத்தும் மீனவர்களின் பெண் குழந்தைகளுக்கும் கிடைப்பதற்கான அரசாணையை கேரளா அரசு வெளியிட்டிருக்கின்றது. தற்போது, இது விழிஞ்சம் துறைமுக எல்லைக்கு உட்பட்டிருக்கும் கேரள மீனவர்களின் குழந்தைகளுக்கு மட்டும் கிடைக்கின்றது. ஆனால், தமிழகத்தின் ஒரு சில கிராமங்களும் விழிஞ்சம் துறைமுக எல்லைக்குள் வருகின்றது. எனவே, தமிழக மீனவர்களின் குழந்தைகளுக்கும் அந்தச் சலுகைகள் கிடைக்கச் செய்யவேண்டும். அதுபோல், மீனவர்களைப் பழங்குடியினர் பட்டியலில் சேர்க்கவேண்டும்.

8. மீனவர்களின் நீண்டகாலக் கோரிக்கையாக இருக்கும், மீன்வளத்திற்கென்று தனியாக ஒரு அமைச்சகத்தை உருவாக்க வேண்டும்.

9. இனயம் சார்ந்த பகுதிகள் தமிழகத்தோடு இணைவதற்கு முன்பு, திருவிதாங்கூர்-கொச்சி மாநிலத்துடன் இருந்தபோது மீனவர்களுக்கான கொல்லங்கோடு சட்டமன்ற தனித்தொகுதியை மீனவர்களுக்கு மீண்டும் கிடைக்கச்செய்ய வேண்டும்.

10. புதிதாகக் கொண்டுவரப்பட்டிருக்கும் பிரதான துறைமுக அதிகாரசபை மசோதாவை ஆய்வு செய்த நிலைக்குழு பரிந்துரைத்திருப்பதுபோல் பெருந்துறைமுகத்தின் 100கிலோமீட்டர் தொலைவிற்கு புதிய துறைமுகங்களைக் கட்ட அனுமதிக்கக்கூடாது. விழிஞ்சம் துறைமுகத்தை பெருந்துறைமுகமாகக் கணக்கில்கொள்ளவேண்டும்.

நமது மத்திய மாநில அரசாங்கங்கள் மீனவர்களின் வளர்ச்சியில் உண்மையான அக்கறை கொண்டிருக்கும் பட்சத்தில் மேற்கண்ட மீனவர்களின் கோரிக்கைகளை நிறைவேற்றுமென்றே நினைக்கின்றேன்.

புத்தகம் வெளிவர உதவி புரிந்த கவிஞர். போகன் சங்கர், எதிர் வெளியீடு அனுஷ், நண்பர்கள் உயிரியல் விஞ்ஞானி வேணு தயாநிதி, திலீப் ஜோஸ் அலெக்ஸ் மற்றும் பாலசுப்ரமணியம் முத்துசாமி ஆகியோருக்கு என்னுடைய மனமார்ந்த நன்றி.

என் மனைவி மற்றும் குழந்தைகளின் ஒத்துழைப்பில்லாமல் இந்தக் கட்டுரைகள் எழுதுவதற்கான வாய்ப்புகள் இல்லை. அவர்களுக்கு என் பேரன்பு.

என்னுடைய முதல் புத்தகமான துறைவன் நாவலைப்போல், இந்த சிறிய கட்டுரைப் புத்தகத்தையும், மீனவர்களின் ஞானத்தந்தையான புனித பிரான்சிஸ் சவேரியாருக்கு சமர்ப்பணம் செய்கின்றேன்.

- கிறிஸ்டோபர் ஆன்றணி

குறிப்புகள்:

1. http://www.hindustantimes.com/india/india-lost-250-sq-km-to-rising-seas-in-15-years/story-6q8Wm4IMdurmCZkDUs4UiJ.html
2. http://indianexpress.com/article/india/maharashtra/assessment-using-satellite-data-60-of-coastal-length-under-erosion-suggest-reports/
3. http://www.thehindubusinessline.com/opinion/cag-charges-on-vizhinjam-are-baseless/article9760559.ece
4. http://www.thehindu.com/news/national/kerala/vizhinjam-pact-loaded-in-favour-of-adani-cag/article18530667.ece
5. http://tamil.thehindu.com/opinion/columns/குளச்சல்–இணையம்–பெருந்துறைமுகத்–திட்டம்–போகாத–ஊருக்கு–வழி/article8904616.ece
6. http://economictimes.indiatimes.com/news/politics-and-nation/kerala-to-take-colachel-issue-to-pm-narendra-modi/articleshow/53225792.cms
7. https://www.youtube.com/watch?v=GBH965v1uMA

1
சில கேள்விகள்

சில அரசியல் தலைவர்கள் கட்சி, ஜாதி, மதம் கடந்து அனைவருக்கும் பொதுவானவராக, எளிய மக்களில் ஒருவராக இருப்பார்கள். கன்னியாகுமரியைப் பொறுத்தவரை அவ்வாறு பல நேர்மையான அரசியல் தலைவர்கள் இருந்திருக்கின்றார்கள். தற்போது கம்யூனிஸ்டு கட்சியில் திருமதி லீமாரோஸ், பி.ஜே.பி.யில் பொன்னார் என்னும் திரு. பொன். ராதாகிருஷ்ணன் அவர்கள். இதில் பலருக்கும் கருத்துவேறுபாடுகள் இருக்கலாம். கடற்கரை மக்கள் ஏதேனும் உதவிக்குச் சென்றாலும் அவரால் முடிந்ததை அவரது அதிகாரத்திற்கு உட்பட்டு செய்திருக்கின்றார். ஆனாலும் சிலநேரம் அரசியல் அழுத்தங்கள் நமது தனிமனித நேர்மைக்கு எதிராகவே அமைந்துவிடும்.

மீனவர்களின் வளர்ச்சிக்காக இனயம் கடற்கரை கிராமத்தில் ஓர் உலகத்தரம் வாய்ந்த துறைமுகம் அமைக்கவிருப்பதாகச் சொல்லும் மத்திய அமைச்சர் பொன். இராதாகிருஷ்ணன் அவர்களின் பேட்டியை ஒரு பத்திரிகையில் கண்டேன். இதன் திட்ட மதிப்பு 21000 கோடி ரூபாய். "இருபத்தோரு ஆயிரம் கோடி ரூபாய்!". இந்தக் கட்டுரையை எழுதும்போது, செப்டம்பர் 2015 காலகட்டத்தில், திட்டம் குறித்த எந்தவிதத் தகவலும் இணையம் போன்ற பொதுவெளியில் கிடைக்கவில்லை. இந்தத் திட்டத்தை இரகசியமாகச் செயல்படுத்துவதுதான் சந்தேகத்தை எழுப்புகின்றது. இந்த துறைமுகத் திட்டத்திற்கு முழு ஒத்துழைப்பு கொடுப்பதாக தமிழக முன்னாள் முதல்வர் காலம்சென்ற செல்வி. ஜெயலலிதா சொல்லியிருக்கிறார்.

இனயம் துறைமுகத் திட்டம் குறித்த எந்தவித ஆவணங்களும் பொதுவெளியில் கிடைக்கவில்லை. எனவே, எனக்கு நானே சில கேள்விகள் கேட்டு தெளிவடைய வேண்டியிருக்கின்றது. இது கூடங்குளம் அணுவுலையைவிட தேசிய பாதுகாப்பு சார்ந்த திட்டமென்று தெரியவில்லை. எதற்கு இந்த அவசரம்? டெண்டர்

எப்போது விட்டார்கள்? அதற்குமுன் துறைமுகத்திற்கான சாத்தியக்கூறு அறிக்கை தயாரிக்கப்பட்டதா? அதை யார் நடத்தினார்கள்? மக்களின் கருத்து என்ன? மக்கள் செறிவுள்ள இனயம் பகுதியின் மக்கள் எங்கே குடியமர்த்தப்படுவார்கள்? வேறிடத்தில் குடியமர்த்தும்போது கடலை நம்பியிருக்கும் அவர்களின் வாழ்வாதாரம் பாதிக்கப்படுமல்லவா?

500 ஏக்கர் கடல் பரப்பை மண்மூடி நிலப்பரப்பாக்க வேண்டுமென்றால் சுற்றுச்சூழலுக்கு பாதிப்பில்லையா? அதற்கான கற்களையும் மணலையும் எங்கிருந்து கொண்டுவருவார்கள்? அதைக் கடற்கரையிலிருந்தே எடுத்தால் மணலின் அடியில் படிந்திருக்கும் உயர் கதிர்வீச்சு தனிமங்களால் புற்றுநோய் பாதிப்பு ஏற்படுமல்லவா? மணவாளக்குறிச்சி மணல் ஆலை கடற்கரையில் ஏற்படுத்தும் புற்றுநோயை இன்னும் அதிகமாக்குமல்லவா? பாறைகள் அதிகமுள்ள இனயம் கடலில் மீன்கள் அதிகமாக இருக்கும் மீன்கள் அடர்த்தியாக வளரும் பவளப்பாறைகள் என்னும் பாருகள் அழிந்துவிடாதா? இதனால் ஒட்டுமொத்த மீனவ மக்களுக்கும் பாதிப்பில்லையா?

கடற்கரையில் ஐந்து கிலோமீட்டர் நீளத்திற்கு அலைதடுப்புச் சுவர் அமைக்கும்போது மீனவர்களின் கரமடி, தட்டுமடி, கச்சாவலை போன்ற பாரம்பரியத் தொழில்கள் அழிந்துவிடுமல்லவா? 500 ஏக்கர் கடல்பரப்பை மணலால் மூடும்போதும், நீண்ட தூரத்திற்கு அலைத்தடுப்பு அமைக்கும்போதும் பல கிராமங்கள் கடலரிப்பால் அழிந்துவிடாதா?

1500 ஏக்கர் நிலத்தைக் கரையிலிருந்து கையகப்படுத்தும்போது அதில் எந்தெந்த கிராமங்கள் உள்ளடங்கியிருக்கும்? அவர்களுக்கு மாற்றுவழி என்ன?

வல்லார்படம் துறைமுகத்தை 25% அளவிற்குக்கூட பயன்படுத்தப்படவில்லை. அதற்குள் விழிஞ்சத்தில் துறைமுகம் அமைக்கும் முயற்சி முழுவீச்சில் இருக்கிறது. இப்போது விழிஞ்சத்திலிருந்து 20 மைல் தொலைவிலிருக்கும் இனயத்தில் இன்னொரு துறைமுகம் அமைப்பதால் என்ன லாபம்? மதர்ஷிப் என்னும் பெரிய சரக்குக்கப்பல்கள் வருவதற்கு கடலாழம் குறைந்தபட்சம் 20 மீட்டராவது இருக்கவேண்டும். 20மீட்டருக்கு கடலை ஆழப்படுத்தும்போது மீன்களுக்கும் சுற்றுச்சூழலுக்கும் பாதிக்கப்படுமல்லவா?

விழிஞ்சம் துறைமுகத்தால் 600 புதிய வேலைவாய்ப்புகளை மட்டுமே அடுத்த பத்து வருடங்களில் உருவாக்க முடியுமாம். தன்னியக்கமான இனயம் துறைமுகத்தால் எத்தனை புதிய வேலைவாய்ப்புகள் உருவாகும்?

கொழும்பு, சிங்கப்பூர், துபாய் துறைமுகங்களில் நிறுத்தப்பட்டிருக்கும் அனைத்து மதர்ஷிப் என்னும் பெரிய கப்பல்களும் இனயம் துறைமுகத்தில் வந்துவிடுமா? அதற்குத் தற்போதிருக்கும் கப்பல்களின் கூட்டமைப்பு எளிதில் அனுமதிக்குமா? அப்படி ஒரு கப்பல் வரவேண்டுமென்றால் அதற்கு நாம் கொடுக்கும் மானியம் என்ன? அதனால் நமது அரசாங்கத்திற்கு எத்தனை கோடி இழப்பு? கப்பல்களின் போக்குவரத்து அதிகரிக்கும்போது மீனவர்களுக்கு அதனால் பாதிப்பு அதிகமில்லையா? இப்போதே விசைப்படகுகளை கப்பல் இடிப்பதனால் ஏற்படும் பாதிப்பு அதிகமில்லையா? தினமும் கப்பல் ஏதேனும் ஒரு வளிவலையை அறுத்துவிட்டுத்தானே செல்கின்றது.

கேரளக் கடற்கரையில் மே முதல் ஆகஸ்டு வரை அலைகளின் வீரியம் அதிகம். இருபந்தைந்து அடிக்கும் அதிகமாக ராட்சத அலைகள் எழும்பி கடற்கரை வீடுகளை இடித்துத்தள்ளிவிடுவதை கண்கூடாகப் பார்த்துக்கொண்டுதானே இருக்கிறோம். இந்தப் பகுதிகளில் உண்மையான அலைவேகம் என்னவென்று தெரியவில்லை.

இப்போதே வெளிநாட்டுக் கப்பல்கள் நமது மீனவர்களை கடற்கொள்ளையர்கள் என்று சுட்டுவிட்டுச் செல்கின்றான். அப்படியென்றால் கப்பல்தொகை பெருகும்போது?

விழிஞ்சம் துறைமுகப்பகுதிக்கு வெளியிலிருக்கும் பூவார் பகுதிமக்கள் தங்கள் வீட்டுப் பட்டாவிற்குச் செல்லும்போது எப்போது கேட்டாலும் உங்கள் நிலத்தை துறைமுகத்திற்காகத் தரத் தயாராக இருக்கவேண்டும் என்னும் நிபந்தனையுடன் பட்டா கொடுப்பதுபோல் இனயம் பகுதிக்கு வெளியிலிருக்கும் ஊர்களுக்கும் மேற்சொன்ன பட்டா பிரச்சனை வராமலிருக்குமா?

மீனவர்களின் இப்போதைய தேவை ஒரு சிறிய மீன்பிடித் துறைமுகம். தூத்தூர் கொல்லங்கோடு பகுதி மீனவர்கள் கேட்டதன்பேரில் தேங்காய்ப்பட்டணத்தில் புதிய துறைமுகம் கட்டப்பட்டுள்ளது. இப்போது துறைமுக நிர்வாகத்தின் தவறான கட்டுமானத்தினால் தேங்காய்ப்பட்டணம் துறைமுகத்தினுள்

அலையடித்து அது பயன்படுத்த முடியாமல் கிடக்கின்றது. அதைச் சரிசெய்ய துறைமுகம் கட்டுவதற்கு செலவான தொகையைப்போல் மூன்றுமடங்கு செலவுபிடிக்கும் என்று சொல்லப்படுகின்றது. தேங்காய்ப்பட்டணம் துறைமுகத்தை முடிக்காமல் இனயம் துறைமுகத்திற்கான அவசரம் என்ன?

இவை, என் சிற்றறிவிற்குத் தோன்றிய, எனக்கு நானே கேட்டுக்கொண்ட சில அடிப்படைக் கேள்விகள். கப்பல் தொழிலில் இருப்பவர்களுக்கு இன்னும் அதிகமாகவே தெரியும். இந்தியாவின் வளர்ச்சிக்காகத்தான் இந்தத் திட்டமென்றால், வெளிப்படையாக முதலிலிருந்தே ஆய்வுகளை நடத்தி ஆவணங்களை வெளியிடவேண்டும். மீனவர்கள் இந்தியாவின் வளர்ச்சிக்கு ஒருபோதும் எதிரிகளல்ல. மீனவர்களின் வளர்ச்சியுடன் இணைந்த இந்தியாவின் கடல்சார்ந்த வளர்ச்சியே நிலைத்திருக்கும்.

குறிப்புகள்:

1. http://www.thehindu.com/news/national/tamil-nadu/colachel-seaport-will-not-affect-growth-of-voc-port/article6770343.ece!

2
டிப்சா

இந்தியாவின் மேற்குக் கடற்கரையின் ஆழம் அதன் கடல்வெட்டிலிருந்தே துவங்குகின்றது. அதுபோல் பொழிமுகங்களும் அரபிக்கடல் கடற்கரைகளில் அதிகம். இவையே இந்தப் பகுதிகளில் இயற்கைத் துறைமுகங்கள் அதிகமாக இருப்பதற்கான காரணிகள். இதற்கு விதிவிலக்கு விழிஞ்சம் மற்றும் குளச்சல் துறைமுகங்கள். கடலரிப்பு காரணமாக கடலினுள் சென்ற பாறைகள் இயற்கையான தடுப்பரண்கள்போல் கடற்கரைகளைப் பாதுகாக்கின்றது. இந்த பாறைகளும், கடல் ஆழமும் விழிஞ்சம் மற்றும் குளச்சலில் இயற்கைத் துறைமுக உருவாக்கத்தில் முக்கியப் பங்குவகிக்கின்றன.

கரைகளில் மட்டுமல்ல கடலிலும் பல இடங்களில் இந்தப் பாறைகள் ஏராளம் கறுத்த யானைகள்போல் முதுகுகாட்டி படுத்திருக்கின்றது. இதுபோன்ற பாறைகளே மீன்கள் அடர்த்தியாக வசிக்கும் பாராக மாறி மீனவர்களுக்கு வரப்பிரசாதமாகவும் இருக்கிறது.

மீனவர்கள் இந்தப் பாருகளில் தூண்டிலிடும்போதோ அல்லது வலைவீசி மீன்பிடிக்கும்போதோ தூண்டிலும் வலையும் பாரில் அகப்பட்டு கடலின் ஆழத்தில் அவை நிரந்தரமாகத் தங்கிவிடும். நாம் வலைவீசிப் பிடிக்கும் மீனைவிட பலமடங்கு மீன்களை இந்த வலைகள் பிடிக்கும். அந்த மீன்கள் எதற்கும் பயன்படாமல் மட்கி வீணாகிவிடும்.

வலையை கப்பல் அறுத்துவிட்ட செய்தியை நாம் கடற்கரைகளில் தினமும் கேட்கமுடியும். பாரில் அகப்பட்ட வலைகள் ஓரிடத்தில் தங்கும். ஆனால் கப்பல் அறுத்த வலைகள் நீரோட்டத்தின் போக்கில் இடம் மாறிச் சென்றுகொண்டிருக்கும். செல்லும் இடங்களில் தானாக அந்த வலைகள் மீனைப் பிடித்துக்கொண்டிருக்கும். இவை மீன் குஞ்சுகளையும் விட்டுவைக்காது. அந்த மீன்களை பெரிய மீன்கள் உண்ணும்போது சுறா போன்ற பெரிய மீன்களும் அந்த வலைகளில் அகப்படும். இதுபோன்ற “பேய் வலை” அல்லது “மீவலை”கள் மீன் உற்பத்தியையும், மீன் வளத்தையும்,

சுற்றுச்சூழலையும் பெருமளவில் பாதிக்கின்றது. தொழில்நுட்பம் வளர்ச்சியடைந்த காலகட்டத்திலும்கூட மீவலைகள் உருவாகாமல் தடுப்பதற்கான, அவற்றைக் கண்டுபிடிப்பதற்கான எந்த முயற்சியும் அரசால் இதுவரை செயல்படுத்தப்படவில்லை. பத்துலட்சம் ரூபாய் விலைமதிப்புள்ள வலையில், வெறும் நூறுரூபாய் செலவில் அதன் இடத்தைக் கண்டுபிடிக்கும் மின்பொருள் சாதனம் ஒன்றை வடிமைக்க சிக்கலெதுவும் இருப்பதாகத் தெரியவில்லை.

2011 ஏப்ரல் மாதம் பனாமா நாட்டுக்குச் சொந்தமான எம்வி மிராச் என்னும் சரக்குக்கப்பல் இரும்புத் தாதுவை ஏற்றிக்கொண்டு விசாகப்பட்டினத்திலிருந்து கராச்சிக்கு முட்டம் துறைமுகக் கடற்பகுதி வழியாகச் சென்றுகொண்டிருக்கும்போது கடியப்பட்டினம் கடல் பகுதியில் அந்தக் கப்பல் பாறையில் மோதி மூழ்கியது. ஆனால், இன்றுவரை அந்தக் கப்பல் மீட்கப்பட்டதாகத் தகவலில்லை. அதை யாரும் கண்டுகொண்டதாகவும் தெரியவில்லை. இதுபோன்ற கப்பல்கள் கடலில் பாறைகளைப்போல் புதிய பாராக மாறும். ஆனாலும் நாட்கள் செல்லச்செல்ல இந்தக் கப்பல்கள் உருக்குலைந்து அதன் சிதிலங்கள் மீனவர்கள் கணிக்க முடியாத இடங்களுக்கு இடம்மாறி அவர்களின் வலைகளுக்கு எமனாக மாறி வலைகளை அறுத்து மீவலைகளுக்கான மூலகாரணமாக மாறிவிடும் அபாயமும் இருக்கிறது. அதுபோல் கரைமடி மற்றும் வலைகளை ஆதாரமாகக் கொண்டுள்ள அனைத்துப் பாரம்பரிய தொழில்முறைகளையும் இது அழித்துவிடும் என்பதில் சந்தேகமில்லை.

கடியப்பட்டினத்தைப்போல் இனயம் பகுதியிலும் பாறைகள் அதிகமென்பதை சொல்லித்தெரியவேண்டியதில்லை. இதுவரை இணையவெளியில் நமக்குக் கிடைக்கும் தகவலின்படி, TYPSA என்னும் பன்னாட்டு அமைப்பு குளச்சல் (இனயம்) துறைமுகத்தின் தொழில்நுட்ப-பொருளாதார சாத்தியக்கூறு ஆய்வை நடத்தியிருக்கின்றது. டிப்சா என்பது சுற்றுச்சூழலியல், கட்டுமானம், தொழில்நுட்பம், எரிசக்தி போன்றவற்றிற்கு ஆலோசனைகள் வழங்கும் ஸ்பெயின் நாட்டைச்சார்ந்த ஒரு பன்னாட்டு நிறுவனம். டிப்சாவிற்கு டெல்லியிலும் அலுவலகம் இருக்கிறது. டிப்சா, இந்திய அரசு சார்பில் குளச்சல்/ இனயம் துறைமுக செயலாக்க ஆய்வை மேற்கொண்டதுபோல் பல நாடுகளிலும் தங்கள் சேவையை அளித்து வருகிறார்கள். தற்போது, சிலி நாட்டில் ஒரு பெருந்துறைமுக கட்டுமானத்தில் ஈடுபட்டிருக்கிறார்கள். எனவே, அவர்களின் திறமை மீது எந்தவித சந்தேகமுமில்லை. ஆனால் அவர்கள் ஆய்வு மேற்கொண்டிருப்பது குளச்சலா அல்லது இனயமா என்பதில் மட்டும் தெளிவில்லை.

இந்தக் கட்டுரை எழுதிய நவம்பர் 2015 காலகட்டத்தில் இவர்களின் ஆய்வறிக்கை மட்டும் எங்கும் வெளியாகவில்லை. மத்திய அரசு வெளியிட்டதாகவும் தகவலில்லை. குறைந்தபட்சம் எப்போது எங்கே இந்த ஆய்வு நடத்தப்பட்டதென்றாவது சொல்லவேண்டும். [கீழே கொடுத்திருக்கும் தலைப்பில் குளச்சல் என்றிருக்கின்றது. உள்ளே செய்தியில் ஆய்வறிக்கை இனயத்தில் நடத்தியதாகத்தான் இருக்கிறது.]

இனயம் சார்ந்த குளச்சல் துறைமுகம் தமிழ்நாடு மாநில அரசின் அதிகாரத்தின் கீழ் இருக்கிறது. இனயம் துறைமுகம் குளச்சல் துறைமுகத்தை விரிவுபடுத்தும் திட்டமென்றால் மாநில அரசு குளச்சல் துறைமுகத்தின் உரிமையை மத்திய அரசாங்கத்திற்கு கையளிக்கவேண்டும். ஆனால் இதுகுறித்து இதுவரை எந்தவித அரசாணையையும் மாநில அரசு வெளியிடவில்லை.

இரண்டாயிரத்து ஒன்பதாம் வருடம் ஜி. கே. வாசன் கப்பல்துறை அமைச்சராக இருந்தபோது மாநில அரசிற்கு குளச்சல் துறைமுகத்தை கையளிக்க எழுதிய கடிதத்திற்கு (PD 26013/2009 - MP dt: 21.07.2009) பதில் என்னவென்று தெரியவில்லை. எனவே இனயம் பகுதியில் மத்திய அரசு துறைமுகம் அமைக்கவேண்டுமென்றால் அது புதிய துறைமுகமாகத்தான் இருக்கமுடியும். ஆனால் மத்திய அரசு 21000 கோடிக்கான புதிய துறைமுகத் திட்டத்தை அறிவிப்பதற்கு முன்னர் அதற்கான அனைத்து விதிமுறைகளும் கடைபிடிக்கப்பட்டதா என்பது கேள்விக்குறிதான்.

இந்திய அரசு தனது வளர்ச்சித்திட்டத்தின் ஒரு பகுதியாக “சாகர் மாலா” என்னும் திட்டத்தை செயல்படுத்திக் கொண்டிருக்கின்றது. துறைமுகம் சார்ந்த கடற்கரைகளின் வளச்சியினூடாக இந்தியாவின் வளர்ச்சி என்னும் தாரக மந்திரத்துடன். இதற்காக பல்லாயிரம் கோடி ரூபாயை முதலீடாகக்கொண்டு பழைய துறைமுகங்களை நவீனப்படுத்தவும், புதிய துறைமுகங்களைக் கட்டவும் முழுவீச்சில் முயற்சிகளை எடுத்துக்கொண்டிருக்கின்றது. இதன் ஒரு பகுதிதான் இனயம் துறைமுகம். குளச்சல் துறைமுகத்தோடு தொடர்பில்லாத புதிய இனயம் துறைமுகம்.

இந்தியாவின் வளர்ச்சியில் மீனவர்களுக்கு மாற்றுக்கருத்தில்லை. தாங்கள் இந்தியர்கள் என்பதில் மீனவர்கள் எப்போதும் பெருமிதம் கொள்பவர்கள். ஆனால், இனயம் துறைமுகத்தினால் எந்தவித பலனுமில்லையென்று ஜோ. டி' குரூஸ் போன்றவர்கள் சொல்கின்றார்கள்.

சில தினங்களுக்கு முன்பு மலையாளப் பத்திரிகைகளில் செய்தியொன்று வந்தது. விழிஞ்சம் துறைமுகத்தினால் கேரளாவிற்கு பொருளாதார ரீதியில் எந்தவித அனுகூலமுமில்லை. வல்லார்பாடம் துறைமுகத்திற்கு உண்டான கதிதான் விழிஞ்சம் துறைமுகத்திற்கும் ஏற்படும் என்று 'மெட்ரோ மேன்' என்று அழைக்கப்படும் திரு. இ. ஸ்ரீதரன் கூறியிருக்கின்றார்.

திரு. இ. ஸ்ரீதரன் இந்தியாவின் மிகச்சிறந்த பொறியாளர். மும்பைக்கும் மங்கலாபுரத்துக்கும் இடையிலான, இரண்டாயிரம் பாலங்களும் தொண்ணூறு சுரங்கங்களும் 740 கிலோமீட்டர் நீளமும் கொண்ட, மிகச்சிக்கலான பொறியியல் சவால்கள் கொண்ட கொங்கன் ரயில்திட்டத்தின் பிதாமகன். விழிஞ்சம் துறைமுகத்தால் கேரளாவிற்கு பொருளாதார லாபமில்லையென்று இ. ஸ்ரீதரன் அவர்கள் சொல்வதிலிருந்து அதன் முக்கியத்துவத்தை அறியலாம். அவர் ஒருபடி மேலே சென்று கொச்சி வல்லார்பாடம் வர்த்தக துறைமுகத்தின் கதிதான் விழிஞ்சம் துறைமுகத்திற்கும் ஏற்படும் என்கின்றார். விழிஞ்சத்திற்கும் இனயத்திற்கும் அதிகமொன்றும் வித்தியாசமில்லை.

உண்மையில் இந்தியாவின் வளச்சிக்காகத்தான் இனயம் துறைமுகம் அமையவிருக்கிறதென்றால், மீனவர்களின் வளர்ச்சியுடனான இந்தியாவின் வளர்ச்சிதான் முக்கியமென்றால், மீனவர்களின் தேவை புதிய இனயம் வர்த்தகத் துறைமுகமல்ல. ஆழ்கடல் மற்றும் சுறா வேட்டையில் விற்பன்னர்களான தென்தமிழக கேரளக்கடற்கரை மீனவர்களுக்கு, குறிப்பாக தூத்தூர், கொல்லங்கோடு பகுதி மீனவர்களுக்கு அனைத்து வசதிகளும் கொண்ட பெரிய மீன்பிடித் துறைமுகம்தான் தேவை. இன்று இவர்கள் துறைமுகம் இல்லாத காரணத்தால் பக்கத்து மாநிலங்களில், சொந்த நாட்டில், அடிமைகள் போல் மீன்பிடித்துக் கொண்டிருக்கிறார்கள். கொச்சி, நீண்டகரை, குஜராத்தில் இவர்களின் மீனை விற்ற கமிஷன் கொண்டு உருவான கோடீஸ்வரர்கள் ஏராளம்.

எனவே பலகோடி ரூபாய் செலவு செய்து வர்த்தகத் துறைமுகம் கட்டுவதற்குப்பதிலாக பயன்படுத்தமுடியாமல், எதற்கும் பலனின்றிக்கிடக்கும் புதிதாகக் கட்டிய தேங்காய்ப்பட்டணம் மீன்பிடி துறைமுகத்தைச் சரிசெய்து சற்று பெரிதாக்கி நவீனப்படுத்தினாலே போதும். மீனவர்கள் மட்டுமல்ல இனயம், தூத்தூர், கொல்லங்கோடு பகுதி சார்ந்த அனைத்து சமுதாய மக்களின் வாழ்க்கையும் பலமடங்கு மேம்படும். வல்லார்பாடம் துறைமுகத்தை மேம்படுத்தவேண்டும். இனயம் துறைமுகத்தைக் கைவிட்டுவிட்டு, மீவலைகளின்

எண்ணிக்கையைக் குறைத்து மீனவர்களின் வாழ்வாதாரத்தை மேம்படுத்துவதே சிறப்பானதாகும்.

வரும் நவம்பர் 21ஆம் நாள் உலக மீனவர் தினம். அன்று இனயம் துறைமுகத்திற்குப் பதிலாக தேங்காய்ப்பட்டணம் மீன்பிடித் துறைமுக விரிவாக்கத்திற்கான திட்டத்தை அரசு அறிவித்தால் அதுவே மத்திய அரசு மீனவர்களுக்குச் செய்யும் பேருதவியாக இருக்கும்.

குறிப்புகள்:

1. https://www.typsa.com/en/feasibility-study-for-a-major-international-container-port-in-colachel-india/
2. http://www.thehindu.com/news/national/kerala/vizhinjam-unlikely-to-be-beneficial-sreedharan/article7679663.ece

3
மச்சிமார்

அதானி குழுமம் குஜராத்தில் பல துறைமுகங்களை நிர்வகிக்கின்றது. இவற்றில் முக்கியமானது ஹஜிரா துறைமுகம். சில மாதங்களுக்கு முன்பு "ஹஜிரா மச்சிமார் சமிதி" என்னும் மீனவர் அமைப்பு, ஹஜிரா துறைமுகத்தினால் 300 மீனவக் குடும்பங்கள் இடம்பெயர்ந்ததாகவும் மீன்பிடித் தொழிலைச் செய்யமுடியாமல் தங்களின் பாரம்பரிய மீன்பிடித்தொழில் பாதிப்படைவதாகவும், சுற்றுச்சூழல் பாதிப்படைந்திருப்பதாகவும் வழக்குத் தொடர்ந்தார்கள்.

இந்த வழக்கு தேசிய பசுமைத் தீர்ப்பாயத்தில் 2016 ஜனவரி 28ஆம் நாள் விசாரணைக்கு வந்தது. அதானி குழுமத்திற்காக திரு. ப. சிதம்பரம் ஆஜரானார். இருப்பினும் வழக்கின் முடிவில் தேசிய பசுமைத் தீர்ப்பாயம் அதானி குழுமத்திற்கு 25 கோடி ரூபாய் அபராதம் விதித்துத் தீர்ப்பளித்தது. சுற்றுச்சூழலுக்கு பாதிப்பு ஏற்பட்டிருப்பதாகவும், மீனவர்களின் மீன்பிடித்தொழிலுக்கு எந்தவித பாதிப்பும் ஏற்படக்கூடாதென்றும், இனியும் இந்தத் துறைமுத்தில் எந்தவித விரிவாக்கமும் செய்யக்கூடாதென்றும், வழக்குத் தொடர்ந்த ஹஜிரா மச்சிமார் சமிதிக்கு 8 லட்சம் ரூபாய் வழக்குச்செலவிற்கு அதானி குழுமம் கொடுக்கவேண்டுமென்றும் பசுமைத் தீர்ப்பாயம் தன் தீர்ப்பில் குறிப்பிட்டுள்ளது.

இதைப்போல, விழிஞ்சம் துறைமுகத்திற்கு மத்திய சுற்றுச்சூழல் அமைச்சகம் கொடுத்த ஒப்புதல் செல்லுபடியாகாது என்று சுதந்திர மீனவர் கூட்டமைப்பு கேரள அரசிற்கு எதிராக தொடுத்த வழக்கு 2016 பிப்ரவரி 2 அன்று உச்ச நீதிமன்றத்தில் விசாரணைக்கு வந்தது. இதை விசாரித்த உச்ச நீதிமன்றம் இன்னும் ஆறு வாரத்தில் தேசிய பசுமைத் தீர்ப்பாயம் விசாரித்து தீர்ப்பளிக்க உத்தரவிட்டிருக்கின்றது. இன்னும் சில நாட்களில் முடிவு தெரிந்துவிடும். விழிஞ்சம் துறைமுகம் கட்ட 7525 கோடி ரூபாயில் கேரள அரசுடன் ஒப்பந்தம் போட்டிருப்பதும் அதானி குழுமம்தான்.

இவை ஒருபுறமிருக்க, இனயம் துறைமுகத்திற்கான எதிர்ப்பு உச்சகட்டத்தை எட்டியிருக்கின்றது. கடந்த 2016 பிப்ரவரி 29ஆம் நாள் இனயம் துறைமுகத்தை எதிர்த்து இனயம் பகுதி மீனவர்கள் நாகர்கோயில் ஆட்சியர் அலுவலகத்தின் முன்பு நடத்திய போராட்டத்தில் எட்டாயிரத்திற்கும் அதிகமான மக்கள் பங்குகொண்டார்கள்.

குஜராத் ஹஜிரா துறைமுகப்பகுதியில் வெறும் 300 மீனவக் குடும்பங்கள்தான் இடம்பெயரவேண்டியிருந்தது. இனயம் அப்படியல்ல, மக்கள் அடர்த்தியாக வாழும் பகுதி. நீரோடியிலிருந்து குளச்சல் வரை 2 லட்சத்திற்கும் அதிகமான, கடலையும் மீனையும் நம்பியிருக்கும் மக்கள் வாழ்கின்றனர். வள்ளவிளையில் மட்டும் 2500 குடும்பங்களுக்கும் அதிகமான அனைத்து இன மக்களும் இருக்கிறார்கள்.

வல்லார்பாடம் துறைமுகத்தில் வருடத்திற்கு சுமார் 3 மில்லியன் கன மீட்டர் அளவிற்கு வண்டல் படிகின்றது. [2.5 கிலோமீட்டர் நீளமும் 200 மீட்டர் அகலமும் கொண்ட கால்வாயில் இரண்டு மாதத்தில் ஒரு மீட்டர் உயரத்திற்கு மணல் நிரம்பும்.] இந்த துறைமுகம் பொழிமுகத்தில் இருப்பதால் வண்டல் படிவு சிறிது அதிகம். பெரிய கப்பல்கள் வரவேண்டுமென்றால் தொடர்ந்து துறைமுகத்தை தினமும் இருபத்துநான்கு மணி நேரமும் ஆழப்படுத்திக் கொண்டேயிருக்கவேண்டும். அதற்கு வருடத்திற்கு 110 கோடி ரூபாய் அளவிற்கு செலவு செய்யவேண்டும். எப்போதும் அதன் ஆழம் 14.5 மீட்டருக்குக் குறையாமல் வைத்திருக்கவேண்டும். இல்லையென்றால் பெரிய கப்பல்கள் கொழும்பு துறைமுகத்திற்குச் சென்றுவிடும்.

2013 ஆகஸ்டு மாதம் கத்தார் நாட்டிலிருந்து இயற்கை எரிவாயு கொண்டுவந்த எம். வி. வில் எனர்ஜி என்னும் கப்பல் துறைமுக கால்வாயில் வண்டல் படிந்து துறைமுகத்தினுள் செல்லமுடியாத நிலை ஏற்பட்டது. மூன்று கப்பல்கள் தொடர்ந்து ஒரு வாரகாலம் 14 மீட்டர் அளவிற்கு கால்வாயை ஆழப்படுத்திய பிறகுதான் எரிவாயுக்கப்பல் துறைமுகத்தினுள் செல்லமுடிந்தது. இதைப்போன்ற பெரிய கப்பல்கள் அடுத்தமுறை இந்தத் துறைமுகத்திற்கு வருவதற்கு சிறிது தயங்கும்.

தோண்டியெடுக்கப்படும் மணலும் களிமண்ணும் 20 கிலோமீட்டர் தொலைவில் மீண்டும் கடலில் கொட்டப்படுகின்றது.

[இதனால் மீன்வளமும் சுற்றுச்சூழலும் பாதிக்கும் என்பதை சொல்லித்தெரியவேண்டியதில்லை.] இவ்வாறு தூரத்தில் கொட்டப்படும் மணலும் களிமண்ணும் மீண்டும் ஒரு சில நாட்களில் துறைமுகத்தை நிறைக்கும். மீண்டும் அவற்றைத் தோண்டவேண்டும். இதற்குத்தான் வருடத்திற்கு 110 கோடி ரூபாய்.

இப்போது வல்லார்பாடத்தை அப்படியே விட்டுவிட்டு விழிஞ்சமும் இனயமும் குறிவைக்கப்பட்டிருக்கின்றது. அரசிற்கு ஆலோசனை சொல்லும் கடல்சார் அறிவியலாளர்களின் தவறுகளுக்கு பொதுமக்கள் பலியாடுகளாவதில் வியப்பொன்றுமில்லை. விழிஞ்சமும் இனயமும் அலையேற்றப்பகுதிகள். இந்த இரண்டு பகுதிகளிலும் வண்டல் அதிகமாகப் படியும். கடலைத் தொடர்ந்து ஆழப்படுத்தவேண்டும். இவற்றிற்கும் வல்லார்பாடத்தின் கதிதான் வரும். அரிய மணல் தாதுக்கள் நிறைந்த இனயம் பகுதியில் துறைமுகம் வந்தால் அது தாதுமணல் ஏற்றுமதியாளர்களுக்கு சாதகமாக இருக்கும். ஆனால் கதிர்வீச்சுத் தனிமங்கள் நிறைந்த தாதுமணல் கடல் நீரோட்டத்துடன் அடித்துச்செல்லப்படும். அதனால் புற்றுநோய் பரவுவதற்கான வாய்ப்புகள் இருக்கிறதா என்பதை ஆய்வுசெய்யவேண்டும்.

இதைவிடக் கொடுமையானது கடற்கரைகள் காணாமல் போகும் அபாயம். விழிஞ்சம் துறைமுகத்தினால் அதற்குக் கிழக்கிலிருக்கும் கடல் பகுதியில் அதிக வண்டல் படிந்து கிழக்குப்பகுதியிலிருக்கும் ஊர்களின் கடற்கரை நீண்டு பெரிதாகும். கடல் தூரத்தில் சென்றுவிடும். இந்த மணலை கடல் மேற்குக் கடற்கரையிலிருந்து கொண்டுவரும். மேற்கிலிருக்கும் ஊர்களை கடல்கொள்ளும்.

எந்தவித திட்டமிடலுமில்லாமல் கட்டப்பட்ட, பயன்படுத்த முடியாமல் கிடக்கும் தேங்காய்ப்பட்டணம் துறைமுகத்தினால் இரையும்மன்துறை மீனவ கிராமம் கடல்கொண்டு அழியும் நிலையிலிருப்பது இதற்குச் சான்று. இதை சரிசெய்யக்கூட எந்த அரசும் எந்தவித முயற்சியும் எடுக்கவில்லை.

இதைப்போல் மிகப்பெரிய இனயம் துறைமுகம் வந்தால் தூத்தூர் தீபகற்ப ஊர்களை கடலின் ஆழத்தில் மூழ்கிச்சென்று தடவித்தான் பார்க்கவேண்டியிருக்கும். குறைந்தபட்சம் சாதரணமாகக் காணப்படும் கடற்கரையின் நீட்டல் குறுக்கத்தை ஆனியாடி காலகட்டத்தில் கடற்கரைக்கு வந்து பார்த்தாலே ஆட்சியாளர்களுக்குத் தெரிந்துவிடும்.

கடந்த 2016, பிப்ரவரி மாதம் காதலர்தின வாரத்தில் ஒருநாள்

சில இந்திய கடற்படை அதிகாரிகள் கடற்கரை ஊர்களில் வந்து ஆழ்கடல் மீன்பிடி விசைப்படகு மீனவர்களை அழைத்து ஒரு கூட்டம் நடத்தினார்கள். கடல்வழியாக தீவிரவாதிகள் இந்தியாவில் ஊடுருவ உத்தேசித்திருப்பதாகவும் கடலில் சந்தேகப்படும்படியாக ஏதேனும் விசைப்படகுகளைக் கண்டால் நேவிக்குத் தெரியப்படுத்த வேண்டுமென்றும் கேட்டுக்கொள்ளப்பட்டார்கள். நம் மீனவர்கள் கொச்சி குஜராத் ஆழ்கடல் பரப்பில் மீன்பிடிப்பவர்கள். மீனவர்கள் இந்தியக் கடற்படையின் ஊதியம் பெறாத ஒரு அங்கம்.

இனயம் துறைமுகத் திட்டத்தை கைவிட்டுவிட்டு மீனவர்களின் வளர்ச்சிக்குத் தேவையான மீன்பிடித் துறைமுகங்கள் கட்டுவதே சரியானது. குளச்சல் மற்றும் தேங்காய்ப்பட்டணம் மீன்பிடி துறைமுகங்களே அவர்களுக்குத் தேவையானது. குறைந்தபட்சம் பலகோடி ரூபாய் செலவுசெய்து கட்டப்பட்ட தேங்காய்ப்பட்டணம் மீன்பிடித் துறைமுகத்தை முதலில் சரிசெய்வதே புத்திசாலித்தனமானது.

குறிப்புகள்:

1. http://www.livemint.com/Companies/EkKLY4UhkRdykIuLzckZMO/SC-asks-Adani-Hazira-Port-to-deposit-Rs25-crore-penalty-on-N.html

2. http://www.thehindu.com/news/national/tamil-nadu/fishermen-oppose-proposal-for-port-in-enayam/article8297537.ece?utm_source=RSS_Feed&utm_medium=RSS&utm_campaign=RSS_Syndication

3. http://www.asianetnews.tv/mobile/news/kerala/supreme-court-orders-green-tribunal-to-hear-vizhinjam-case-43753

4. http://www.deccanchronicle.com/nation/current-affairs/030216/sc-asks-ngt-to-decide-on-validity-of-environment-clearance-to-vizhinjam-port.html

5. http://www.outlookindia.com/newswire/story/vizhinjam-port-case-sc-paves-way-for-hearing-on-in-ngt/929208

6. http://www.livemint.com/Opinion/PZbuU8dDeW0xZEbmvegD3L/Indias-container-transshipment-aspirations-reach-absurd-le.html

7. http://www.thehindubusinessline.com/economy/logistics/to-reduce-cost-kochi-port-plans-longterm-contract-for-dredging/article3938935.ece

8. http://www.livemint.com/Companies/5fG63B5jiF12r6Pr6rIOVL/Vallarpadam-project-hit-as-dredging-contractor-stops-work.html

9. http://www.moneylife.in/article/dp-world-ports-vallarpadam-container-terminal-the-numbers-behind-point-towards-another-huge-scam/20131.html

10. http://www.bunkerportsnews.com/News.aspx?ElementId=96052e49-709a-4209-bd76-7fa6d848ae8b

4

குளச்சலா? இனயமா?

கடற்கரைகள் உருமாறிக்கொண்டிருக்கின்றன. இந்திய தேசிய நிலையான கடற்கரை மேலாண்மை மையத்தின் (National Center for Sustainable Coastal Management) ஆய்வறிக்கையின் 1972 முதல் 2010 வரையிலான 38 வருட தரவுகளின்படி கேரளாவின் 590 கிலோமீட்டர் கடற்கரையில் வெறும் 7.87% கடற்கரை மட்டுமே கடலரிப்போ, மணலேற்றமோ ஏற்படா'த நிலையான கடற்கரையாக இருக்கிறது. 63.02% கடற்கரைகள் கடலரிப்பிற்கு உள்ளாகியிருக்கின்றது. 23.92% மணலேற்றப்பகுதிகள். இந்தியாவின் தென்மேற்குக் கடற்கரைகளில் ஆனியாடி என்னும் தென்மேற்குப் பருவமழை காலகட்டமான மே பாதிமுதல் செப்டம்பர் பாதிவரை அரபிக்கடல் மிகவும் ஆக்ரோஷமாக இருக்கும். இதனால் கடலரிப்பு ஏற்பட்டு ஒவ்வொரு வருடமும் பல வீடுகள் சேதமாகிறது. 2016ஆம் வருடம் மட்டும் 150க்கும் அதிகமான வீடுகள் தூத்தூர், இரவிபுத்தன்துறை, வள்ளவிளை, நீரோடி கிராமங்களில் சேதமடைந்தன. தொடர்ந்து பல உயிரிழப்புகளும் ஏற்படுகின்றது. கடலரிப்பு காரணமாக கடல் அதன் எல்லையை மாற்றியமைக்கின்றது. கடற்கரை ஊர்கள் சுருங்குகின்றன. பல ஊர்களில் சாலைகள் துண்டிக்கப்பட்டுக் கிடக்கின்றன. கடலரிப்பும் மணலேற்றமும் உலகளாவிய பிரச்சனை. கடலரிப்பு கடற்கரை மக்களின் வாழ்வாதாரத்தை மிகவும் பாதிக்கின்றது.

கடல் அமைதியாக இருக்கும் தைமாசி என்னும் ஜனவரி பாதியிலிருந்து ஏப்ரல் பாதிவரையான காலகட்டத்தில் கடல் மீண்டும் பின்னோக்கி நகரும். இந்தக் காலகட்டத்தில் கடற்கரைகள் சிறிது விரிவடைகின்றன. கடற்கரை நீண்டு கிடக்கும். அது கடற்கரை மக்களின் விளையாட்டுத்திடல்.

கடலலை வாரிச்செல்லும் மணலை இன்னொரு இடத்தில் கொண்டு சென்று கரைசேர்க்கின்றது. இவை கடலலையின் வேகம், கடல் நீரோட்டம் காரணமாக தொடர்ந்து நடந்துகொண்டிருக்கின்றது.

எனவே ஒட்டுமொத்தமாகப்பார்த்தால் கடற்கரை அமைப்பில் எந்தவித மாற்றமும் இல்லையென்று தோன்றும்.

கடற்கரை நீட்டல் குறுக்கத்தில் சில சிக்கல்கள் இருக்கிறது. முக்கியமாக கடற்கரையிலிருக்கும் துறைமுகம் போன்ற கட்டமைப்புகள். இந்த கட்டமைப்புகள் நீரோட்டத்திற்கு தடையாக இருப்பதால், ஒரு பகுதியில் கடலரிப்பு காரணமாக இழந்த கடல்மணல் துறைமுகம் பகுதியிலேயே நிரந்தரமாகத் தங்கிவிடும். எனவே, குறிப்பாக அரபிக்கடல் பகுதியில், கடலினுள் நீட்டியிருக்கும் கட்டுமானங்களுக்கு மேற்கில் கடலரிப்பும், கிழக்கில் மணலேற்றமும் இருக்கும்.

குளச்சலா? இனயமா? தெளிவில்லாத, மத்திய அரசு கொண்டுவரும் விழிஞ்சத்தின் துணைத்துறைமுகம் போன்ற இனயம் துறைமுகம் வல்லார்பாடம் துறைமுகம்போல் தோல்வியில் முடியும் என்பதை சில ஆய்வறிக்கைகள் தெளிவுபடுத்துகின்றன.

துறைமுகக் கட்டுமானங்கள் கர்நாடகக் கடற்கரைகளுக்கு ஏற்படுத்தியிருக்கும் தாக்கம் குறித்து சர்வதேச இதழில் ஆய்வுக்கட்டுரை ஒன்று தற்போது வெளியாகியிருக்கின்றது. சுமார் 40 வருடங்களில் *(1973—2014)* ஏற்பட்ட கடற்கரை மாற்றங்களை செயற்கைக்கோள்களிலிருந்து பெறப்பட்ட புகைப்படங்களையும் நிலவுருவவியல் வரைபடங்களையும் கொண்டு புனே பல்கலையின் தீபா நாயிக் மற்றும் மத்திய அரசின் அறிவியல் மற்றும் தொழில்துறை ஆராய்ச்சி கவுன்சிலின் (CSIR) பிரவின் டி. குந்தே ஆகிய இருவரும் இந்த ஆய்வை மேற்கொண்டிருக்கின்றனர். அந்தக்கட்டுரை கர்நாடகாவின் முக்கியமான துறைமுகங்களினால் அந்தப் பகுதியில் ஏற்பட்டிருக்கும் கடற்கரை மாற்றத்தை ஆய்வுசெய்கின்றது.

துறைமுகங்களிருக்கும் முக்கியமான பத்துப் பகுதிகள் தேர்வுசெய்யப்பட்டு கடலரிப்பும், கடற்கரைப் பெருக்கமும் (மணலேற்றமும்) கணக்கிடப்பட்டுள்ளது. கார்வார் துறைமுகப்பகுதியில் குறைவாக 1.6 மீட்டர் கடலரிப்பும், அதிகமாக பத்கல் துறைமுகப்பகுதியில் 182.4 மீட்டர் கடலரிப்பும் பதிவாகியுள்ளது. அதுபோல், கடற்கரைப்பெருக்கம் (மணலேற்றம்) குறைவாக புதிய மங்கலாபுரம் துறைமுகப்பகுதியில் 2.1 மீட்டர் நீளமும் அதிகமாக பெலெகெரி துறைமுகப்பகுதியில் 162.4 மீட்டர் நீளமும் பதிவாகியுள்ளது.

எனவே துறைமுகப்பகுதியில் கடலரிப்பும், மணலேற்றமும் தவிர்க்கமுடியாதது. இது மிகவும் முக்கியமான ஆய்வுக்கட்டுரை.

இது இன்னொன்றையும் சுட்டிக்காட்டுகின்றது. துறைமுகம் கட்டும்போது கடலை ஆழப்படுத்துவது கடல்படுகையின் கட்டமைப்பில் குறிப்பிடத்தக்க மாற்றத்தை ஏற்படுத்துகின்றது. இந்த மாற்றம் கடல் நீரோட்டம், அலைகள் மற்றும் நீரின் தரத்தையும் மாற்றிவிடும்.

ஆனியாடி காலகட்டத்தில் ஏற்படும் கடலரிப்பின் மண் இழப்பு தைமாசி மாதங்களில் ஏற்படும் மணலேற்றத்தின் காரணமாக சீர்செய்யப்படுகின்றது. எனவே துறைமுகத்தினால் கடற்கரைகளுக்கு மிகவும் குறைந்த அளவு பாதிப்பே இருக்கிறது என்று நிறுவுகின்றது. உண்மையில், துறைமுகப்பகுதியைத் தொடர்ந்து ஆழப்படுத்தவேண்டும். எனவே, அந்தக் கட்டுரையின் கருத்தை மறுபரிசீலனை செய்யவேண்டும்.

மேற்குறிப்பிட்ட ஆய்வுக்கட்டுரைபோல் தமிழக அரபிக்கடல் பகுதியிலும் மேற்கொள்ளப்பட்டிருக்கின்றது. இந்த ஆய்வை மேற்கொண்டவர்கள் எஸ். காளிராஜ், என். சந்திரசேகர் மற்றும் என. எஸ். மகேஷ்.

கன்னியாகுமரியிலிருந்து தேங்காய்ப்பட்டணம் வரையிலான பதினாறு இடங்களில் 1999 லிருந்து 2011 வரையிலான காலகட்டத்தில் மணலேற்றமும், கடலரிப்பும் ஆய்வுசெய்யப்பட்டுள்ளது.

மணவாளக்குறிச்சி மற்றும் மண்டைக்காடு கிராமங்களில் ஆண்டொன்றிற்கு அதிகபட்சமாக 11,000 (பதினொன்றாயிரம்) சதுரமீட்டர் கடலரிப்பும், அதிகபட்சமாக கணபதிபுரத்தில் 23,000 (இருபத்து மூன்றாயிரம்) சதுரமீட்டர் மணலேற்றமும் ஏற்பட்டிருக்கின்றது. இந்த பதினாறு கிராமங்களிலும் ஒட்டுமொத்தமாக 1.092 சதுரகிலோமீட்டர் கடலரிப்பும், 0.968 சதுரகிலோமீட்டர் மணலேற்றமும் ஏற்பட்டிருக்கின்றது.

வர்த்தகத் துறைமுகம் வரவிருக்கும் குளச்சலில் வருடத்திற்கு 5,000 சதுரமீட்டர் மணலேற்றமும், இனயத்தில் வருடத்திற்கு 7,000 சதுரமீட்டர் மணலேற்றமும் இருக்கிறது.

இதுதான் பிரச்சனை. கடலேற்றும் இந்த மணல் துறைமுகக் கட்டுமானம் காரணமாக கடலில் தங்கிவிடும். அதுபோல் பக்கத்து ஊர்களில் அதிக அளவு மணலேற்றமும் இருக்கும். கடலில் மணல் தங்குவதால் கடலாழம் குறையும். தொடர்ந்து கடலை ஆழப்படுத்தவேண்டும். எனவே குளச்சல் மற்றும் இனயம்

துறைமுகங்களுக்கு வல்லார்பாடத்தின் நிலைமைதான் வரும். வல்லார்பாடத்தைப்போல் வருடத்திற்கு 110 கோடி ரூபாய் மக்கள் பணம் விரயமாகும்.

துறைமுகக் கட்டுமானத்தினால் அலைமாற்றமும், நீரோட்ட மாற்றமும், தண்ணீரின் தர மாற்றமும், கடலின், மீன்களின் ஸ்திரத்தன்மையும், சுற்றுச்சூழலும் வெகுவாக பாதிக்குமென்பதில் சந்தேகமில்லை. எனவே குளச்சல், இனயம் துறைமுகத்தினால் மீனவர்களுக்கும் பாதிப்பு.

மோனாசைட், இல்மனைட், சிர்கோன் போன்ற தனிமங்கள் அதிக அளவில் இருக்கும் இனயம் அல்லது குளச்சல் பகுதியில் வர்த்தகத் துறைமுகங்கள் புதுவகை நடமாடும் அணுக்கழிவுலைகளாக மட்டுமே செயல்படும் என்பதை மட்டும் உறுதியாகச்சொல்லமுடியும். கடலை ஆழப்படுத்தும்போது கதிர்வீச்சு மணல் அனைத்து கடற்கரை ஊர்களுக்கும் பயணம் செல்லும். இது மீனவர்களுக்கு புற்றுநோய் வடிவில் மிகுந்த பாதிப்பை ஏற்படுத்தும்.

ஆதலால், இந்தியாவின் வளர்ச்சியையும் பொதுமக்களையும் பாதிக்கும், அறிவியல்பூர்வமாக ஆபத்துமான இனயம் துறைமுகத்தை கைவிடுவதே சரியானது.

குறிப்புகள்:

1. http://technical.cloud-journals.com/index.php/IJARSG/article/viewFile/Tech-588/pdf

2. http://www.academia.edu/6140786/2_3_Arabian_Journal_of_Geosciences_Evaluation_of_coastal_erosion_and_accretion_processes_along_the_southwest_coast_of_Kanyakumari_Tamil_Nadu_using_geospatial_techniqueshttp://technical.cloud-journals.com/index.php/IJARSG/article/viewFile/Tech-588/pdf

3. http://www.thehindubusinessline.com/economy/logistics/kochi-port-seeks-ministrys-aid-for-dredging-cost-at-vallarpadam/article2042712.ece

4. http://www.ncscm.res.in/cms/more/pdf/ncscm-publications/kerala_fact_sheet.pdf

5. http://www.thehindu.com/news/national/tamil-nadu/sea-erosion-damages-over-150-houses-in-kanyakumari-village/article8605294.ece

6. https://www.youtube.com/watch?v=4R--3S9kTLs

7. https://www.youtube.com/watch?v=u78AeO076LI

5
பாரதநாடு

பாரதநாடு என்ற வங்காளச் சிறுகதை தமிழில் சு. கிருஷ்ணமூர்த்தி என்பவரால் மொழிபெயர்க்கப்பட்டு சொல்வனம் இலக்கிய இதழில் வெளியாகியிருக்கின்றது. அதன் கதைச்சுருக்கம்.

அண்டா ஹால்ட் என்று ஒரு இரயில் நிலையம். பல இரயில்கள் அந்தவழியாகச் செல்லும். ஆனால் எப்போதாவது ஒரு இரயில் காலையுணவிற்காக அந்த நிலையத்தில் நின்று செல்லும். காலையுணவிற்காகக் கொடுக்கப்படும் முட்டையின் ஓடுகள் அந்த நிலையத்திற்கு பக்கத்தில் மலைபோல் குவிந்து கிடந்ததனால் இரயில் நிலையத்திற்கு அண்டா ஹால்ட் என்று பெயர்.

இரயில் நிலையத்திற்குப் பக்கத்தில் இரண்டு குன்றுகளுக்கு நடுவிலிருந்த கிராமத்தில் மகதோ இன மக்கள் வசித்துவந்தார்கள். அந்தக் கிராமத்தில் கோழிகள் அதிக அளவில் வளர்க்கப்பட்டது. அவர்கள் கோழிமுட்டைகளை ஒவ்வொரு சனிக்கிழமையும் தூரத்திலிருந்த சந்தையில் கொண்டுசென்று விற்றார்கள். இரயில் நிலையத்திற்கும் அவர்களுக்கும் எந்தவிதத் தொடர்புமில்லை.

இரயில் நிலையத்துக்குப் பக்கத்தில் போர்க்கைதிகளுக்கான முகாம் ஒன்றிருந்தது. அதில் இத்தாலிய போர்க்கைதிகள் சிறைவைக்கப்பட்டிருந்தார்கள். அவர்களைச் சிலசமயம் அந்த முகாமிலிருந்து வேறுமுகாமிற்கு மாற்றுவார்கள். அவர்களைக் கொண்டுசெல்லும் இரயில் அண்டா ஹால்ட் இரயில் நிலையத்தில் காலையுணவிற்காக நின்று செல்லும். அனைவரும் இறங்கி காலையுணவை உண்பார்கள். அவர்களைத் துப்பாக்கி ஏந்திய இராணுவ வீரர்கள் காவல் காப்பார்கள்.

பலநாட்களுக்குப்பிறகு அந்த நிலையத்தில் அனைத்து இரயில்களும் நின்று சென்றது. எனவே பெரிய பிளாட்பாரம் அமைக்கப்பட்டது.

இந்த இரயில் நிலையத்திற்கு மகதோக்கள் யாரும் வருவதில்லை. இரயில் நிலையத்தை ஒட்டிய பகுதியில் அவர்கள் மக்காச்சோளம் பயிரிட்டார்கள். மலைச்சரிவில் பீர்க்கங்காய், கத்தரிக்காய் போன்ற காய்கறிகளைப் பயிர்செய்தார்கள்.

ஒருநாள் அமெரிக்கச் சிப்பாய்களை ஏந்திய இரயில் அந்த நிலையத்தில் காலையுணவிற்காக வந்து நின்றது. சிவப்பு நிற அமெரிக்கர்கள் தோலுரித்த முட்டையையும் ரொட்டியையும் உண்பதை இரயில் நிலையத்திற்கு வெளியில் போடப்பட்டிருந்த முள்வேலிக்கு அப்பாலிருந்து வேடிக்கை பார்த்துக்கொண்டிருந்தான் ஒரு சிறுவன். அவன் கோவணம் மட்டுமே கட்டியிருந்தான். ஒரு இராணுவவீரன் அந்தச் சிறுவனை விரட்டியபோது சிறுவன் பயந்து ஓடிவிட்டான். அடுத்தமுறை அந்த இரயில் வந்தபோது அந்தச் சிறுவன் மீண்டும் அவர்களை வேடிக்கை பார்த்துக்கொண்டிருந்தான். அவனுடன் அவனைவிடப் பெரிய சிறுவனையும் அழைத்து வந்திருந்தான்.

இவர்களை அசிங்கம் என்று சொல்லி ஒரு இராணுவவீரன் விரட்டுகின்றான். அசிங்கம் என்னும் சொல் அவர்களுக்குத் தெரியாதது. மகதோ மக்கள் விவசாயம் செய்கின்றார்கள். அம்பெறிந்து புனுகுப்பூனை வேட்டையாடுகின்றார்கள். மதுதயாரித்து குடிக்கின்றார்கள். தேவைப்பட்டால் நெஞ்சு நிமிர்ந்து எதிர்த்து நிற்கின்றார்கள். இதில் எங்கிருந்து வந்தது அசிங்கம்?

இன்னொருநாள் போர்க்கைதிகளை ஏற்றிய இரயில் வந்தபோது அந்த இரண்டு சிறுவர்களுடன் பதினைந்து வயதுச் சிறுமியும் வேடிக்கைபார்க்க வந்திருந்தாள். அவள் குட்டைப்பாவாடை அணிந்திருந்தாள். அவர்களுடன் வேறு இரண்டு ஆண்களும் அவர்களின் வேலையை விட்டுவிட்டு வந்திருந்தார்கள். இரயில் சென்றதும் அவர்கள் சிரித்துக்கொண்டு கிராமம் நோக்கிச்சென்றார்கள்.

ஒருநாள் அமெரிக்க இராணுவ வீரர்களின் இரயில் வந்தபோது சுமார் பத்து மகதோ மக்கள் ஓடிவந்தார்கள். இரயில் நிலையத்தில் காய்கறி மற்றும் மீன் விற்பனை செய்ய அழைத்தபோது வரமுடியாது என்று மறுத்த மகதோ மக்கள் இப்போது அமெரிக்க இராணுவ வீரர்களின் இரயில் வந்தபோது ஆணும் பெண்ணுமாக முள்வேலியைத்தாண்டி வரிசையாக நின்றார்கள்.

இவர்களைக் கண்டதும் வெள்ளையன் தன் பையிலிருந்து எட்டணா நாணயத்தை மகதோ மக்களை நோக்கி எறிந்தான். ஆனால் மகதோக்கள்

அந்த நாணயத்தை எடுக்கவில்லை. இரயில் சென்றபிறகும் அந்த நாணயம் அனாதையாக அதே இடத்தில் கிடந்தது.

சில நாட்களுக்கு எந்த இரயிலும் வரவில்லை. கோவணச்சிறுவன் இரயில் எப்போது வருமென்று விசாரித்துச்சென்றான். பல நாட்களுக்குப்பிறகு அமெரிக்க இராணுவ வீரர்களின் இரயில் வந்தது. அப்போது ஆணும் பெண்ணுமாக சுமார் முப்பது மகதோ மக்கள் முள்வேலிக்கு வெளியில் நின்றார்கள். ஒரு ராணுவவீரன் இரண்டு ரூபாய் மதிப்புள்ள நாணயங்களை மகதோ மக்களை நோக்கி எறிந்தான். இரண்டு சிறுவர்கள் வேலிதாண்டி காசை எடுக்கச்சென்றபோது அந்தக் கூட்டத்தில் நின்றிருந்த மகதோ கிழவர் ஒருவர் அவர்களை ஜாக்கிரதை என்று எச்சரித்தார்.

அவரின் எச்சரிக்கையையும் பொருட்படுத்தாது அந்த இரண்டு சிறுவர்களும் அனைத்து நாணயங்களையும் பொறுக்கி எடுத்தார்கள். அவர் அவர்களைத் திட்டிக்கொண்டு சென்றார். அனைவரும் சிரித்துக்கொண்டு அவருடன் சென்றார்கள்.

அதன்பிறகு வந்துபோகும் அனைத்து இரயில் இராணுவ வீரர்களிடமும் பிச்சை கேட்கின்றார்கள். சிறுவர்களுடன் அந்த சிறுமியும் பிச்சை கேட்கின்றாள். முள்வேலிக்கு வெளியில் பாதி கிராமமே காசிற்காக காத்துநிற்கின்றது. சிப்பாய்கள் காசுகளை வாரி வீசுகின்றார்கள். கும்பலாக ஓடிச்சென்று காசைப் பொறுக்குகின்றார்கள். முள்வேலி பலரின் உடையையும் உடம்பையும் கிழித்துவிடுகின்றது. அதைப்பொருட்படுத்தாமல் பிச்சை கேட்கின்றார்கள். முண்டியடித்து காசைப் பொறுக்குகின்றார்கள். தங்களுக்குள் சண்டையிட்டுக் கொள்கின்றார்கள்.

ஆனால் மகதோ கிழவன் மட்டும் வருவதில்லை. அவருக்குப் பிச்சையெடுக்கப் பிடிக்கவில்லை. திடீரென்று அந்த இரயில் நிலையம் மூடப்படுகின்றது. பக்கத்திலிருந்த முகாமிலிருந்து இராணுவக் கைதிகளை ஏற்றிய கடைசி இரயில் வருகின்றது. முள்வேலிக்கு வெளியில் மகதோக்கள் கூட்டமாக நிற்கின்றார்கள்.

அந்தக் கூட்டத்தில் மகதோ கிழவனும் நிற்கின்றார். அவரும் கைநீட்டி கூட்டத்தோடு கூட்டமாக "தொர பக்ஷீஸ்" என்று பிச்சை கேட்கின்றார். அவரும் கூட்டத்துடன் பைத்தியம் பிடித்ததுபோல் கத்திக்கொண்டிருந்தார்.

ஆனால் அந்த இரயில் அங்கே நிற்கவில்லை. வேறு எந்த

இரயிலும் அந்த நிலையத்தில் நிற்கவில்லை. ஆனால் மகதோ மக்கள் அனைவரும் பிச்சைக்காரார்களாகிவிட்டார்கள்.

காதுள்ளவர் கேட்கக்கடவர். ஆமென்.

இந்தச் சிறுகதை கடலோர மக்களுக்காக எழுதப்பட்டதுபோல் இருக்கிறது. இதில் அண்டா ஹால்ட் இரயில் நிலையம் விழிஞ்சம், இனயம் போன்ற வர்த்தகத் துறைமுகங்கள். இரயில்கள், கப்பல்கள். மகதோக்கள், மீனவர்கள். அதிகாரவர்க்கத்தின் தேவை முடிந்ததும் வல்லார்பாடத்தை கைவிட்டதைப்போல் விழிஞ்சம் மற்றும் இனயத்தையும் கைவிட்டுச்செல்வார்கள். அப்போது நாம் நமது பாரம்பரிய தொழில்முறைகளை இழந்தவர்களாக பிச்சைக்காரர்களாக தெருவில் நின்றுகொண்டிருப்போம். பயன்படுத்தமுடியாதபடி கடல் சீரழிந்துகிடக்கும்.

குறிப்புகள்:

1. http://solvanam.com/?p=44180

6
உலகின் சயரோகம்

திறந்தவெளிக் கடலில் (Open Sea) துறைமுகம் கட்டுவதற்கான தொழில்நுட்பத்தில் இந்தியா இதுவரை தன்னிறைவு அடையவில்லை. அதற்கான உண்மையான ஆய்வுகளும் இதுவரை மேற்கொள்ளப்படவில்லை. தென்மேற்குப் பருவமழை (ஆனியாடி சீசன்) காலகட்டத்தில் இனயத்திற்கு பக்கத்திலிருக்கும் சிறிய மீன்பிடித் துறைமுகங்களான முட்டம் மற்றும் தேங்காய்ப்பட்டணம் துறைமுகங்களின் உட்புறத்தில் அலையடிக்கின்றது. இதனால் இன்றைய தேங்காய்ப்பட்டணம் போன்ற சிறிய மீன்பிடித் துறைமுகங்கள் கட்டுவதற்கு ஆய்வுகள் நடத்தப்பட்டதா என்ற சந்தேகம் ஏற்படுகிறது.

தென்மேற்குப் பருவமழை குறித்து அலெக்ஸ்சாண்டர் ஃரேட்டர் (Alexander Frater) எழுதிய 'சேசிங் தி மன்சூன்' (Chasing the Monsoon) புத்தகத்தில் தென்மேற்குப் பருவமழை காரணமாக இந்திய நிலப்பரப்பு பல மில்லியன் வருடங்களாக வடக்கு நோக்கி நகர்ந்து ஆசிய நிலத்தட்டுடன் மோதி இமயமலை உருவானதாக குறிப்பிடப்பட்டுள்ளது. ஆஸ்திரேலிய தேசிய பல்கலையும் இதை உறுதிப்படுத்தியுள்ளது. இதிலிருந்து தென்மேற்குப் பருவமழையின் வீரியத்தைத் தெரிந்துகொள்ளலாம். முதல் பருவமழையில் இனயம் மற்றும் விழிஞ்சம் துறைமுகங்களினுள் அலையடிக்கும் என்றே என் உள்ளுணர்வு சொல்கின்றது.

இனயம் பகுதியில் மிகப்பெரிய துறைமுகத் தேவைக்கான தொழிற்சாலைகள் தென் தமிழகத்தில் இல்லையென்று பலரும் சொல்லியிருக்கின்றார்கள். அதற்கான தேவைகள் நமக்கு இருக்கின்றதா என்பது குறித்தும் சிறிது யோசிக்கவேண்டியிருக்கின்றது. நிலக்கரியைத் தவிர வேறு காரணம் இருப்பதாகத் தெரியவில்லை. அதற்கு நாம் அதிகமும் அக்கறை செலுத்தாத நிலக்கரி மற்றும் மின் உற்பத்திக்குச் செல்லவேண்டும். உலகின் மூன்றில் ஒரு பங்கு நிலக்கரி இந்தியாவில் இருக்கிறது. ஆனால் அதன் தரம் குறைவு.

அனல்மின் நிலையங்களில் இந்திய நிலக்கரியை எரிக்கும்போது அதிக சாம்பல் கழிவு உருவாகின்றது. [கரியமில வாயுவை கொள்கலனின் அடைத்து நிலத்தடியில் சேமித்துவைக்கும் ஆய்வுகள் தற்போது நடைபெற்று வருகிறது.]

சுற்றுச்சூழலுக்கு கேடில்லாத, அணுஉலைகள் உருகி வெடிக்குமென்ற பயமில்லாத, அணு இணைப்பு மூலம் "நட்சத்திர சக்தியை" பெறும் ஆய்வில் உலகின் முன்னணி கல்வி நிறுவனங்கள் சாதனைகள் செய்துகொண்டிருக்கும்போது நாம் சுற்றுச்சூழலுக்கு பாதிப்பை ஏற்படுத்தும் நிலக்கரியால் இயங்கும் மின்னுலைகளைக் கட்டுவதில் தீவிரமாக இருக்கிறோம்.

இனயம் துறைமுகம் இந்தியப் பெருங்கடலில் சீனாவின் ஆளுமையைக் கட்டுப்படுத்துவதற்காகத்தான் என்று ஒரு கருத்து நிலவுகின்றது. உண்மைதான், அது சீனாவின் நிலக்கரி ஆளுமை. உலகின் நிலக்கரி விலையை நிர்ணயிப்பது சீனா. அதைக் கட்டுப்படுத்த நமக்கு இனயம் துறைமுகம் முக்கியம். இதைத் தெரிந்துகொள்ள நாம் சிறிது பயணப்படவேண்டும். சுமார் ஆறாயிரம் நாட்டிக்கல் மைல் தொலைவிலிருக்கும் ஆஸ்திரேலியாவிற்கு.

அதானி குழுமத்திற்குச் சொந்தமான அனல்மின் நிலையம் ஒன்று குஜராத்தில் இருக்கிறது. இது நிலக்கரியில் இயங்குகின்றது. முந்த்ரா துறைமுகப் பகுதியில் இருக்கும் இது இந்தியாவின் இரண்டாவது பெரிய அனல்மின் நிலையம். இதன் திறன் 4620 MW. [தமிழ்நாட்டின் நெய்வேலி அனல்மின் நிலையத்தின் திறன் 1970 MW மட்டுமே.] இதற்குத் தேவையான நிலக்கரியில் 70% இந்தோனேசியாவிலிருந்து கொள்முதல் செய்யப்படுகின்றது.

அதானி குழுமத்தின் அனல்மின் நிலையத்தை ஒட்டி டாடா குழுமத்திற்குச் சொந்தமான (Mundra Ultra Mega Power Plant) அனல்மின் நிலையம் ஒன்றும் இருக்கிறது. அதன் திறன் 4150 MW. இது இந்தியாவின் முன்றாவது பெரிய அனல்மின் நிலையம். இதற்கு வருடத்திற்கு 12 பில்லியன் டன் நிலக்கரி தேவைப்படுகின்றது. அது அனைத்தையும் வெளிநாட்டிலிருந்து இறக்குமதி செய்கின்றது.

ஆனால் 2011இல் இந்தோனேசிய அரசு கொண்டுவந்த புதிய சட்டத்தின்படி, நிலக்கரியின் விலையை அந்த நாடு உலக சந்தையில் நிலக்கரிக்கான மதிப்பில் நிர்ணயிப்பதாக அறிவித்தது. உலக சந்தையில் நிலக்கரியின் விலையை நிர்ணயிப்பது சீனா.

இதனால் டாடா மற்றும் அதானி குழுமங்கள் அதிக விலைகொடுத்து நிலக்கரி வாங்கவேண்டிய கட்டாயத்திற்கு ஆளாகின. இந்த விலை அதிகரிப்பிலிருந்து தப்புவதற்காக, டாடா குழுமம் ரஷ்யாவின் சைபீரிய நிலக்கரி நிர்வாகத்துடன் ஒப்பந்தமிட்டு அங்கிருந்து நிலக்கரி இறக்குமதி செய்யத்துவங்கியது. அதானி ஆஸ்திரேலியாவின் கார்மைக்கேல் நிலக்கரிச் சுரங்க ஒப்பந்தத்தைப் பெறுவதில் ஆர்வம் காட்டியது.

பெட்ரோலியத்தின் விலை உயர்வை பெட்ரோல் மற்றும் டீசலின் விலையை உயர்த்தி சமாளிப்பதுபோல், தனியார் மின்சார நிறுவனங்கள் நிலக்கரியின் விலை உயர்வை மின்சாரத்தின் விலையை அதிகரித்து பொதுமக்களிடமிருந்து வசூலிக்கத் துவங்கின.

ஆனால், இவர்கள் நிலக்கரியின் விலையை உண்மையான விலையைவிடக் கூடுதலாக அரசாங்கத்திற்கு உயரத்திக்காட்டி சுமார் 50,000 கோடி (ரூபாய் ஐம்பதாயிரம் கோடி) அளவிற்கு வரி ஏய்ப்பு செய்தது தற்போது கண்டறியப்பட்டுள்ளது. அதானி மற்றும் டாடா குழுமங்கள் இதில் அடக்கம். மத்திய அரசு விசாரணை மேற்கொண்டிருக்கிறது.

இது ஒருபுறமிருக்க, ஆஸ்திரேலிய கார்மைக்கேல் நிலக்கரிச் சுரங்க ஒப்பந்தத்தை பெறுவதில் பல சிக்கல்கள். கார்மைக்கேல் திட்ட மதிப்பு சுமார் 16.5 பில்லியன் டாலர்கள். ஒரு லட்சம் கோடி ரூபாய்! எந்த வங்கியும் அதானி குழுமத்திற்கு கடன் கொடுக்க முன்வரவில்லை. முதலில் 1 பில்லியன் டாலர் (ரூபாய் ஆறாயிரத்து ஐநூறு கோடி மட்டும்) கடன் கொடுப்பதாக ஒப்புக்கொண்ட ஸ்டேட் பேங்க் ஆப் இந்தியா பின்வாங்கிவிட்டது. ரகுராம் ராஜன் ஆர்பிஐ—யிலிருந்து பதவி விலகியபிறகு சூழ்நிலைகள் மாறுவதற்கான வாய்ப்புகள் அதிகம். தற்போது அனைத்து தேசிய வங்கிகளும் ஸ்டேட் பேங்க் ஆப் இந்தியாவுடன் இணைக்கப்பட்டுள்ளது குறிப்பிடத்தக்கது.

ஆஸ்திரேலிய அரசு 1 பில்லியன் டாலர் அதானி குழுமத்திற்கு குறைந்த வட்டிக்கு கொடுப்பதாக அறிவித்திருக்கின்றது. இதற்கும் பொதுமக்களிடமிருந்து பலத்த எதிர்ப்பு. அதுபோல், சுற்றுச்சூழல் ஆர்வலர்கள் அதானி குழுமத்திற்கு எதிராகத் தொடுத்த வழக்கில் அதானி குழுமத்திற்கு சாதகமாகத் தீர்ப்பு வந்திருக்கின்றது.

கார்மைக்கேல் நிலக்கரி சுரங்கத்திலிருந்து வருடத்திற்கு சுமார் 1.2 பில்லியன் டன் நிலக்கரி வெட்டியெடுத்து இந்தியாவிற்கு

இறக்குமதி செய்வதாக கணக்கிடப்பட்டுள்ளது. இதற்காக ஆஸ்திரேலியாவின் அபாட் பாயிண்ட் மற்றும் ஹே பாயிண்ட் துறைமுகங்கள் வழியாக நிலக்கரி ஏற்றுமதி செய்யப்படவிருக்கின்றது. அதற்காக அபாட் பாயிண்ட் துறைமுக விரிவாக்கத்திற்கு கடலை ஆழப்படுத்துவதற்கும், கடலில் மண் நிரப்புவதற்கும் எதிராக பொதுமக்களின் போராட்டத்தைத் தொடர்ந்து நிலப்பகுதியில் துறைமுகத்தை விரிவாக்க ஆரம்பித்திருக்கின்றார்கள். துறைமுக விரிவாக்கத் திட்டத்திற்கு கடன் அளிப்பதாக இருந்த வங்கிகள் சுற்றுச்சூழல் பாதிப்பு காரணமாக கடனளிப்பதிலிருந்து பின்வாங்கியிருக்கின்றன.

நிலக்கரிச் சுரங்கம், ஒரு லட்சம் கோடி ரூபாய் திட்டம், துறைமுகக் கட்டுமானம், சுரங்கத்தையும் துறைமுகத்தையும் இணைக்கும் 310 கிலோ மீட்டர் இரயில்பாதை கட்டுமானம் ஆகியவற்றிலிருந்து ஒட்டுமொத்தமாக பத்தாயிரம் வேலைவாய்ப்புகள் உருவாகுமென்று அதானி குழுமம் ஆஸ்திரேலிய அரசிற்குக் கொடுத்த அறிக்கையில் சொல்லியிருந்தது. ஆனால் அதிலிருந்து வெறும் 1464 வேலைவாய்ப்புகளை மட்டுமே உருவாக்க முடியுமென்று கோஸ்ட் அண்ட் கன்ட்ரி என்னும் சூழலியல் அமைப்பு கணித்திருந்தது. ஆனால், இதை அதானி குழுமம் மறுத்தது.

நிலக்கரிச் சுரங்கத்திலிருந்து வருடத்திற்கு 60 மில்லியன் டன் நிலக்கரி வெட்டியெடுக்கப்பட்டு அபாட் துறைமுகத்திலிருந்து நேரடியாக முந்த்ரா துறைமுகத்திற்கு கொண்டுவரப்படும் என்று எளிதில் யூகிக்கலாம். காரணம், முந்த்ரா துறைமுகம் இந்தியாவின் மிகப்பெரிய நிலக்கரி இறக்குமதி செய்வதற்கான துறைமுகம் என்பது குறிப்பிடத்தக்கது. நிலக்கரியை கொண்டுவருவதற்கான கப்பல்களை வாடகைக்கு அமர்த்துவதால் வீண்செலவு. எனவே, 2020க்குள் 3400கோடி ரூபாய் முதலீட்டில் 17 கப்பல்களை வாங்க அதானி குழுமம் திட்டமிட்டிருக்கின்றது. ஏற்கெனவே அதானியிடம் 289மீட்டர் நீளம் கொண்ட இரண்டு பெரிய கப்பல்கள் இருக்கின்றன. இந்த கப்பலுக்கு 18.1 மீட்டர் குறைந்தபட்ச கடலாழம் தேவைப்படும்.

அதானி குழுமம் மற்றும் கேரள அரசாங்கம் இரண்டும் இணைந்து புதிதாகக் கட்டப்படும் விழிஞ்சம் துறைமுகத்தின் ஆழம் 24 மீட்டர்கள் என்று நிர்ணயிக்கப்பட்டுள்ளது. எனவே இந்தோனேசியா மற்றும் ஆஸ்திரேலியாவிலிருந்து வரும் அதானி போன்ற பெரிய கப்பல்கள் விழிஞ்சத்தில் தமிழகம் மற்றும்

தமிழ்நாட்டிற்குத் தேவையான நிலக்கரியை இறக்கிவைத்துவிட்டுச் சென்றுவிடலாம். அங்கிருந்து இரயிலில் உட்பகுதிக்கு எடுத்துச் செல்லலாம். ஆனால், கேரளாவில் நிலக்கரியால் இயங்கும் அனல்மின் நிலையங்கள் ஒன்றுமில்லை. அதுபோல், தமிழ்நாட்டிற்குத் தேவையான நிலக்கரியை கேரளாவிற்கு எடுத்துச்செல்ல வேண்டிய தேவையில்லை. அவ்வாறு எடுத்துச்சென்றால், நிலக்கரியை இறக்குவதற்கான கூலியின் ஒருபகுதி கேரள அரசிற்குச் சென்றுவிடும்.

எண்ணூர் மற்றும் அத்திப்பட்டு அனல்மின் நிலையத்திற்கு பக்கத்திலிருக்கும் எண்ணூர் துறைமுகம் அதானி குழுமத்தால் கட்டப்படுகின்றது. இந்தோனேசியாவிலிருந்தும், ஆஸ்திரேலியாவிலிருந்தும் நிலக்கரியை நேரடியாக இந்த அனல்மின் நிலையங்களுக்குக் கொண்டு செல்லலாம்.

நெய்வேலி அனல்மின் நிலையத்தின் எரிபொருள் லிக்னைட். நிலக்கரி அங்கே தேவையில்லை. மேட்டூர் அனல்மின் நிலையத்திற்குத் தேவையான நிலக்கரி எண்ணூர் மற்றும் தூத்துக்குடி துறைமுகத்திலிருந்து இரயில் வழியாக கொண்டுசெல்லப்படுகின்றது. தூத்துக்குடி அனல்மின் நிலையத்திற்குத் தேவையான நிலக்கரி தூத்துக்குடி துறைமுகம் வழியாக பெறப்படுகின்றது.

தமிழ்நாட்டில் புதிதாக இராமநாதபுரம் மாவட்டத்திலுள்ள கடலாடி தாலுக்காவில் 4000MW திறனுள்ள புதிய அனல்மின் நிலையம் நிறுவப்படவுள்ளது. இதற்குத் தேவையான நிலக்கரி தூத்துக்குடி துறைமுகத்திலிருந்து இரயில் வழியாக கொண்டுவரப்படும் என்று அரசு அறிக்கை சொல்கின்றது.

தமிழகத்தில் புதிதாக வரவிருக்கும் அனல்மின் நிலையங்களுக்குத் தேவையான பலநூறு மில்லியன் டன் நிலக்கரியை அதானி குழுமத்திடமிருந்துதான் வாங்கவேண்டியிருக்கும். அதை வெளிநிலத்திற்கு இரயில் வழியாகக் கொண்டுசெல்லவேண்டும்.

தமிழகத்தில் மிகப்பெரிய சூரியஒளி மின்சார நிலையத்தை அதானி குழுமம் நிறுவியிருக்கின்றது. அவர்களிடமிருந்து அதிக விலைக்கு மின்சாரம் வாங்கியதாகவும் செய்திகள் வெளியாகியிருந்தது. அதிகமாகக் கொடுக்கப்பட்ட விலையை எவ்வாறு ஈடுகட்டுவார்கள்? மின்சாரத்திற்கான விலை அதிகரித்தாலும் வியப்பில்லை. நிலக்கரியும், அனல்மின் நிலையங்களும், இனயம் துறைமுகமும், வெளிநாட்டிலிருந்து நிலக்கரியை சுமந்துவரும் கப்பல்களும் அதானி குழுமத்திற்குச் சொந்தமாக இருக்கும்போது நிலக்கரிக்கும்

மின்சாரத்திற்கும் போட்டியில்லாமல் ஏகபோகமாக விலை நிர்ணயிப்பதற்கு வாய்ப்புகள் இல்லாமலில்லை.

ஒட்டுமொத்தமாகப் பார்த்தால், இனயம் பன்னாட்டு பெட்டக மாற்றுத் துறைமுகம் அதானி குழுமத்தால் தமிழக மக்கள் மீது எழுதப்படும் நிரந்தரமான "மின் அடிமை சாசனம்" என்று சந்தேகப்படவேண்டியிருக்கின்றது. இதற்கு நாம் கொடுக்கும் விலை மீனவ மக்களின் வாழ்வாதாரம். ஆஸ்திரேலியாவில் தூங்கிக்கொண்டிருக்கும் சயரோகம் இந்தியாவில் உயிர்த்தெழப்போகின்றது.

நான் கல்லூரியில் படிக்கும்போது என் தந்தையின் வருடாந்திர வருவாயாக என்னுடைய வருவாய் சான்றிதழில் ரூ.12,000/— எழுதப்பட்டிருந்தது. தற்போது இதையே வருடம் ரூ. 50,000/— என்று கணக்கில் கொண்டாலும், அரசு கணக்குப்படி இந்த இரண்டு லட்சம் பாரம்பரிய தொழில்முறை மக்களின் (மீனவர், வெளிநிலத்தவர், பெண்கள், சிறுவர் சிறுமியர், இப்போது பிறந்த குழந்தைகள் உட்பட) வருமானம் அதிகபட்சமாக ஓர் ஆயிரம் கோடி மட்டுமே. ஆனால் இனயம் துறைமுகத்தின் திட்டமதிப்பு மட்டும் 30 ஆயிரம் கோடி!

இனயம் துறைமுகம் பன்னாட்டு சரக்குப்பெட்டக மாற்று முனையத்தின் உயிர், அதானி குழுமத்திற்கு எதிரான வழக்குகளை விசாரித்துக்கொண்டிருக்கும் ஆஸ்திரேலிய நீதிமன்றங்களின் கைகளிலும் இந்தோனேசியா போன்ற நாடுகளுடன் போடப்படும் புதிய நிலக்கரிச் சுரங்க ஒப்பந்தங்களிலும் இருக்கிறது.

இந்திய மத்திய அரசு 2020 ஆம் வருடத்திற்குள் நூற்றிற்கும் அதிகமான நிலக்கரியால் இயங்கும் புதிய அனல்மின் நிலையங்களைக் கட்டத் திட்டமிட்டிருக்கின்றது. அவை கட்டிமுடிக்கப்பட்டால், இந்தியா உலகின் சயரோக நோயாளியாக இருக்கும். நிலக்கரியை எரிப்பதுபோன்ற பாதிப்பு, நிலக்கரியை சேமித்து வைக்கும்போதும் ஏற்படும். எனவே இனயம் பகுதியும் பாதிப்பிற்கு விதிவிலக்கல்ல. பாதரசம் அதிகமாக நிலத்தடி நீரில் கலக்கும். அதனால் புற்றுநோய் இனயம் பகுதியில் இருப்பதைவிட இன்னும் அதிகரிக்கும்.

குறிப்புகள்:

1. https://www.theguardian.com/environment/2016/sep/01/senate-calls-on-coalition-to-rule-out-financing-adanis-carmichael-coalmine
2. https://en.wikipedia.org/wiki/Super_thermal_power_station

3. https://en.wikipedia.org/wiki/Carmichael_coal_mine
4. http://www.livemint.com/Companies/8xUeqhX1w5P5IlioVJUHiI/Adani-groups-Australian-mining-troubles-are-far-from-over.html
5. https://www.theguardian.com/environment/2016/aug/05/linking-adani-coal-mine-to-social-uplift-in-india-ridiculous-says-conservationist
6. https://www.theguardian.com/environment/2016/jan/28/australian-coalmines-are-one-of-riskiest-investments-in-the-world-report
7. https://www.theguardian.com/business/2016/apr/07/adani-being-investigated-for-alleged-involvement-in-us44bn-coal-pricing-scandal
8. http://theconversation.com/adani-should-bow-out-gracefully-from-its-carmichael-coal-mine-64608
9. http://cbrienvis.nic.in/Thermal%20Power%20Station%20in%20India%202016.pdf
10. http://www.power-technology.com/features/feature-the-top-10-biggest-thermal-power-plants-in-india/
11. http://www.thehindu.com/news/national/tamil-nadu/3-sites-shortlisted-for-4000-mw-power-plant-in-kadaladi/article8468816.ece
12. http://environmentclearance.nic.in/writereaddata/Online/TOR/06_Jul_2016_1811101206FBO7WPNbriefsummary.pdf
13. http://www.dnaindia.com/money/report-indonesian-nightmare-for-tata-adani-jsw-lanco-1554313
14. http://thewire.in/27907/from-adani-to-ambani-how-alleged-over-invoicing-of-imported-coal-has-increased-power-tariffs/
15. http://thewire.in/36912/power-tariff-scam-gets-bigger-at-rs-50000-crore/
16. http://www.dnaindia.com/money/report-state-bank-of-india-denies-funding-adani-s-australian-coal-project-2153562
17. http://www.abc.net.au/news/2016-04-04/massive-new-coal-mine-galilee-basin-not-economically-feasible/7297710
18. http://www.thehindubusinessline.com/economy/logistics/adani-to-add-17-more-ships-to-its-current-fleet-by-2020/article3258293.ece
19. http://phys.org/news/2011-04-climate-seismic-shifts.html
20. http://energydesk.greenpeace.org/2016/10/03/climate-india-coal-power/
21. https://www.northernstar.com.au/news/adani-mine-create-1464-jobs-not-10000/2620978/
22. http://www.queenslandcountrylife.com.au/story/3569909/adani-overstated-mine-benefits-court/?cs=4733
23. https://en.wikipedia.org/wiki/Mundra_Ultra_Mega_Power_Plant

7
வெட்ஜ் பேங்க்

கடலில் பவளப்பாறைத் திட்டுகளில் மீன்கள் அடர்த்தியாக ஒரே இடத்தில் பல்லாயிரம் டன் அளவிற்குப் பெருத்து வளரும். அந்த பவளப்பாறையை மீனவர்கள் கண்டுபிடிக்காதவரை அந்த திட்டுகளில் மீன்கள் பிறந்து, வளர்ந்து, செத்து, மட்கி, சிறுமீனிற்கு உணவாகும். இதுபோன்ற திட்டுகள் புதிதாகக் கண்டுபிடிக்கப்பட்டு முதல்முறை துண்டிலிடும்போது மீன்களின் அடர்த்தி காரணமாக துண்டில் கீழிறங்காது. அந்தளவிற்கு மீன் செறிவாக இருக்கும்.

பளப்பாறைகளைப்போல் சிறிய பாறைகள், உடைந்து மூழ்கிய கப்பல் போன்றவற்றிலும் அதிக அளவு மீன்கள் கூட்டமாக வசிக்கும். மீனவர்கள் இவற்றை "பாரு" என்பார்கள். விஞ்ஞான வளர்ச்சியில்லாத காலங்களில் கணியம் பார்த்துதான் ஒரு குறிப்பிட்ட பாருக்குச் செல்வார்கள். மீன் அதிகமாகவுள்ள பாருகள் யாருக்காவது தெரிந்தால் அவர்களின் பல சந்ததிகளும் வசதியுடன் இருக்கும். அந்த பாருக்கான ரேகையை வேறுயாருக்கும் எளிதில் சொல்லமாட்டார்கள். அதிகமான கட்டுமரங்கள் ஒரே பாரில் சென்றால் மீன்பெருக்கு எளிதில் குறைந்துவிடும். எனவே, தன் சந்ததிகளிடமும், மிக நம்பிக்கையானவர்களிடமும் மட்டுமே பகிர்ந்து கொள்வார்கள்.

அனைவருக்கும் தெரிந்த பொதுவான பாருகளும் உண்டு. ஒவ்வொரு சீசனுக்கும் தனித்தனி பாருகள். சில பாருகளுக்கு மாலையில் சென்று காலையில் திரும்பி வருவார்கள். ஆழ்கடலில் மிகத்தொலைவிலிருக்கும் பாருக்கு பாய்மரத்தில் மூன்று நான்கு நாட்கள் தங்கலுக்குச் செல்வார்கள்.

சிறிதும் பெரிதுமாக பல்லாயிரக்கணக்கான பாருகள் கடலில் இருக்கின்றன. ஒவ்வொரு பாரிலும் விதவிதமான பாசிகளும், கடல் தாவரங்களும் வளரும். ஒவ்வொரு பாரிலிருக்கும் மீனிற்கும் தனிச்சுவை. எனவே மேற்குக் கடற்கரை மீனிற்கும் கிழக்குக்

கடற்கரை மீனிற்கும் சுவைவேறுபாடு இருப்பதில் வியப்பில்லை. முட்டம் பகுதி மீனிற்கும் நீரோடி பகுதி மீனிற்குமான சுவை வேறுபாட்டைக்கூட கண்டறிய முடியும்.

இந்தியாவின் அரபிக்கடலோரத்தில் கன்னியாகுமரியிலிருந்து குஜராத் வரை 22 மிக முக்கியமான மிகப்பெரிய பவளப்பாறை திட்டுகள் அல்லது மீன்பிடித்தளங்கள் இருக்கின்றன. இனயம் துறைமுகப் பகுதிக்குப் பக்கத்தில் வெட்ஜ் பேங்க் என்னும் மிக முக்கியமான பவளப்பாறைத்திட்டு இருக்கிறது.

வெட்ஜ் பேங்க் பவளப்பாறைத்திட்டு (7º 00′ – 8º 20′ N, 76º 30′ – 78º 00′ E) கன்னியாகுமரியிலிருந்து தென்மேற்காக 36 மைல் தூரத்தில் மூன்றாயிரத்திலிருந்து நான்காயிரம் சதுர மைல் பரப்பளவில் விரிந்து கிடக்கின்றது. இனயம் கிராமத்திலிருந்து வெட்ஜ் பேங்க் மீன்பிடித்தளத்திற்கு சுமார் 40 மைல் (35 கடல் மைல்) தூரம். தற்போதைய விசைப்படகுகளின் வேகம் சராசரியாக 8 நாட்டிக்கல் மைல்கள். இனயம் பகுதியிலிருந்து வெட்ஜ் பேங்க் மீன்பிடித்தளத்திற்கு நான்கரை மணி நேரத்தில் சென்றுவிடலாம். வெட்ஜ் பேங்க் இலங்கையின் கொழும்பிலிருந்து 115 கடல் மைல் தொலைவிலிருக்கின்றது.

முதன் முதலில் இந்த பவளப்பாறைத்திட்டைக் கண்டறிந்தவர் கேப்டன் கார்ஸ்பர்க். இவர் கிழக்கிந்தியக் கம்பெனியின் இரண்டாவது நீர்வளவியலாளர். கேப்டன் கார்ஸ்பர்க் 1810 முதல் 1836இல் அவர் இறப்பதுவரை கிழக்கிந்தியக் கம்பெனியின் கடல் வரைபடங்களை சரிபார்ப்பவராக இருந்தார். கன்னியாகுமரியிலிருந்து சிறிது தூரத்தில் கலவா (cod) மீன் அபரிமிதமாகக் கிடைக்கும் ஒரு பகுதி இருக்கிறது. இங்கிருந்து பல கப்பல்களும் அதிகமான மீனை பிடித்துச்செல்கின்றன. ஆனால் இந்தப்பகுதி யாருக்கும் அதிகமாகத் தெரியாது என்று கேப்டன் கார்ஸ்பர்க் குறிப்பிடுகின்றார்.

அதன்பிறகு, பாம்பேயிலிருந்து கல்கத்தாவிற்கு ஷா ஆலம் என்னும் கப்பலில் பயணிக்கும் கேப்டன் வெட்ஜ் என்பவர் கன்னியாகுமரிக்கு தெற்கில் 36 மைல் தூரத்தில் சுமார் 30 மீட்டர் ஆழத்தில் பாறைத்திட்டுகள் இருப்பதைக் கண்டறிகிறார். 1861ஆம் வருடம் அந்த இடத்தை மீண்டும் ஆய்வு செய்தபோது அதன் குறைந்தபட்ச ஆழம் 25 மீட்டர் என்று உறுதிசெய்யப்பட்டது. இன்று, அந்தப் பாறைத்திட்டுகள் கேப்டன் வெட்ஜின் பெயராலேயே அறியப்படுகின்றது.

பத்தொன்பதாம் நூற்றாண்டின் பிற்பகுதியில் வங்காளத்தில் ஏற்பட்ட பெரும் பஞ்சத்திற்குப் பிறகு மீன்பிடித்தல் மெட்ராஸ் பிரசிடன்சியின் பொருளாதார வளர்ச்சிக்கு ஏற்புடைய துறையாகப் பார்க்கப்பட்டது. 1899ஆம் வருடம் மெட்ராஸ் பிஷரீஸ் பீரோவின் கௌரவ இயக்குனராக இருந்த சர். எப். எ. நிக்கோல்ஸன் மக்கள்தொகைப் பெருக்கம், வறட்சி, பஞ்சம், ஆலைக்கழிவு அனைத்திற்கும் அப்பாற்பட்ட மீன்வளத்தை அரசாங்க வருமானத்தின் மூலதனமாக மட்டும் பார்க்காமல் முக்கியமான உணவு ஆதாரமாகப் பார்க்கவேண்டுமென்று வாதிட்டார்.

மீன்பிடித்தல் அப்போது வளச்சியடையாமல் மிகச்சிறிய துறையாக இருப்பதனால் மீன்வளத்துறையை விவசாயத்துறை கவனித்துக் கொள்ளவேண்டுமென்றும் நிக்கோல்ஸன் சொன்னார். பஞ்ச நிவாரணத்திற்காக மீனுணவு பயன்படுத்தப்பட்டு, மீன்வளத்தின் பயன்பாடும் வருவாயும் உறுதிசெய்யப்பட்டபிறகு 1907ஆம் வருடம் மீன்வளத்துறை விவசாயத்துறையின் துணைநிறுவனமாக துவங்கப்பட்டது. அனைத்து கட்டுமரங்களையும் இழுவைமடிகளாக மாற்றி துரிதமான தொழில்வளர்ச்சியில் ஆர்வமில்லாமல் மீன்வளத்துறையை மெதுவான நிலையானதாக வளர்த்தெடுப்பதில் அவர் விருப்பம்கொண்டிருந்தார். எனவே அவர் தொழில்நுட்பம் சார்ந்த மீன்பிடித்தலுக்குப் பதிலாக சிறிய அளவிலான, பாரம்பரிய முறையிலான மீன்பிடித்தத்தை ஊக்கப்படுத்தினார்.

ஆனால், இலங்கை இந்தியாவைப் போலல்லாமல் கடல்வள ஆய்வை 1900ஆம் வருடங்களில் மேற்கொண்டிருந்தது. 1902 மற்றும் 1907ஆம் வருடங்களில் இழுவைமடி பயன்படுத்தி மீன்பிடிக்கும் முயற்சியை இலங்கையின் பெருவணிகர்கள் மேற்கொண்டனர். அதன்பிறகு இழுவைமடி முயற்சியைக் கைவிட்டனர்.

ஆழ்கடலில் மீன்பிடிப்பதற்கான தற்போதைய இழுவைமடியை முதன்முதலில் தென்கிழக்கு இங்கிலாந்தின் பிரிக்ஸ்ஹாம் என்னும் கடற்கரை மீனவர்கள் 18ஆம் நூற்றாண்டில் பயன்படுத்தியதாக சொல்லப்படுகின்றது. அதற்குமுன்பு 14ஆம் நூற்றாண்டில் டச்சு மீனவர்களால் இழுவைமடி வடகடலில் மீன்பிடிக்க பயன்படுத்தப்பட்டது. இழுவைமடியை டாகர் என்னும் படகில் வைத்து வடகடலில் மீன்பிடித்ததனால் அந்த ஆழ்கடல் மீன்பிடித்தளம் டாகர் பேங்க் என்று இன்றளவும் அழைக்கப்படுகின்றது.

சர். நிக்கோல்ஸனுக்குப் பிறகு தலைவராக வந்த ஜேம்ஸ் ஹார்னல் என்பவர்தான் மீனவர்களின் உண்மையான வளர்ச்சிக்கு வித்திட்டவர். அரசாங்க நிர்வாகத்திலும், கொள்கை உருவாக்கத்திலும் பாரம்பரிய மீனவர்கள் அங்கம் வகிக்கவேண்டுமென்று திடமாக இருந்தார்.

அவரது முயற்சியால் மீனவர்கள் கடல்வழி வருவாய் கோட்டத்தின் நிர்வாகக்குழு உறுப்பினர்களாகவும், மெட்ராஸ் பிரசிடன்சியின் கவுன்சிலர்களாகவும், கௌரவ நீதிபதிகளாகவும் உயர்ந்தார்கள். மீனவரான ஜெ. எ. பெர்ணான்டஸ் மீன்வளத்துறையின் நிர்வாகியாகவும் இருந்தார். நிக்கோல்ஸனைப் போலவே ஹார்னலும் இழுவைமடியில் ஆர்வம் கொள்ளவில்லை. அதற்குப்பதிலாக டேனிஷ் வலையை நம் மீனவர்களுக்கு அறிமுகப்படுத்துவதில் ஆர்வம் காட்டினார்.

வெட்ஜ் பேங்க் அப்போதைய மெட்ராஸ் பிரசிடன்சியின் எல்லைக்கு உட்பட்ட பகுதி. 1923இல் மெட்ராஸ் பிஷரிஸ் பீரோவின் தலைவராக இருந்த சுந்தரர் ராஜ் சென்னைக்கும் இலங்கைக்கும் இடைப்பட்ட பகுதியில் கடல்வள ஆய்விற்காக இழுவைமடியும் டேனிஷ் கட்டர் கப்பலும் வேண்டுமென்று அரசாங்கத்திடம் கோரிக்கை வைத்தார். ஆனால் அவரது கோரிக்கை மறுக்கப்பட்டது. அதே காலகட்டத்தில் இலங்கைக் கப்பல்கள் இழுவைமடி கொண்டு வெட்ஜ் பேங்கில் மீன்பிடித்துக்கொண்டிருந்தன.

இலங்கையின் கரையோரங்களில் இழுவைமடிகொண்டு மீன்பிடிப்பதற்கு ஏதுவான பகுதிகளைக் கண்டறிவதற்கான சர்வே 1920 முதல் 1923 வரை மேற்கொள்ளப்பட்டது. முடிவில், வெட்ஜ் பேங்க் மற்றும் பெட்ரோ பேங்க் என்ற இரண்டு பகுதிகளும் இழுவைமடி மீன்பிடித்தத்திற்கு சிறந்தவையாகக் கண்டறியப்பட்டது. கொழும்பிலிருந்து வெட்ஜ் பேங்கிற்கும், காங்கேசன்துறை மற்றும் திரிகோணமலையிருந்து பெட்ரோ பேங்கிற்கும் இழுவைமடி கப்பல்கள் மீன்பிடித்தத்தில் ஈடுபட்டன.

மீன்வள சர்வே மேற்கொண்ட லீலா என்னும் கப்பல் வருடத்திற்கு 244 மெட்ரிக் டன் மீன்களை வெட்ஜ் பேங்கிலிருந்து அறுவடை செய்தது. வெட்ஜ் பேங்கில் வணிக ரீதியிலான மீன்பிடித் தொழில் 1928ஆம் வருடம் துவங்கியது. 1928 முதல் 1930 வரை தாங்கோல் மற்றும் புல்புல் என்னும் கப்பல்கள் வருடத்திற்கு 228 மெட்ரிக் டன்னிலிருந்து 590 மெட்ரிக் டன் வரை மீன்களை அறுவடை

செய்தன. 1935இல் புல்புல் கப்பலின் உரிமையாளரான 'தி சிலோன் பிஷரிஸ் லிட்' நிறுவனம் கலைக்கப்படுவதுவரை புல்புல் வெட்ஜ் பேங்கில் மீன்பிடித்தத்தில் ஈடுபட்டது.

1930 இல் மீண்டும் சுந்தரர் ராஜ் இழுவைமடி மீதான தனது விருப்பத்தை அரசாங்கத்திடம் எடுத்துச்சென்றார். அதற்கு அவர் சொன்ன காரணம், 'இந்திய மீனவர்கள் மிகவும் ஏழ்மையான, அறியாமையிலுழலும், ஒரு பழமைவாத இனம். தொழிலை முன்னெடுக்கும் முயற்சியோ அதற்கான மூலதனமோ அவர்களிடம் இல்லை. வள்ளமும் கட்டுமரமும் மட்டுமே நம் மீன்வர்களிடம் இருக்கிறது. தொழிலாளர்களின் உழைப்பு குறைவாக தேவைப்படும் இயந்திரங்கள் நம்முடைய மீனவர்களிடம் இல்லாத காரணத்தினால், அவர்கள் கடற்கரையிலிருந்து 10 மைல்களுக்குள்ளாகவே மீன்பிடிக்க முடிகின்றது. வெளிக்கடல் குறித்து அவர்களுக்கு எதுவும் தெரிந்திருக்கவில்லை. அதற்கான வாய்ப்பை அவர்களுக்கு ஏற்படுத்திக் கொடுக்கவில்லையென்றால் ஏழ்மையிலிருந்து மீளமுடியாது. இழுவைமடியிலிருந்துதான் வெளிக்கடலில் சென்று மீன்பிடிப்பதற்கான அறிவை அவர்கள் பெற முடியும்.' ஆனால் ஹார்னல் இழுவைமடி வேண்டாமென்று ஒதுக்கிவிட்டார். காரணம் ஒரு இழுவைமடி மற்றும் கப்பலின் அப்போதைய மதிப்பு சுமார் 1.5 லட்சம் ரூபாய்.

இரண்டாம் உலக யுத்தம் துவங்குவதற்கு இரண்டு வருடங்களுக்கு முன்பிருந்து (1935) யுத்தம் முடிவது வரை (1945) வெட்ஜ் பேங்கில் இழுவைமடிகொண்டு மீன்பிடித்தம் நடைபெறவில்லை. யுத்தங்களின்போது கப்பல்களை தகர்ப்பதற்காக நதியிலும், கடலிலும் போடப்பட்ட கண்ணி வெடிகளை அகற்றுவதற்காகவும் இந்த இழுவைமடிகள் பயன்படுத்தபட்டன.

1945 முதல் 1951 வரை ரங்க்லன் கேசில் கப்பல் வருடத்திற்கு 270 மெட்ரிக் டன்களும், பிராகோன்கிளென் கப்பல் 1952 முதல் 1958 வரை 680 மெட்ரிக் டன்களும், அதன்பிறகு 1963 வரை 400 மெட்ரிக் டன்களும் அறுவடை செய்தது. மேப்பிள் லீப் கப்பலின், 1953இலிருந்து 1965 வரையான அறுவடையின் வருட சராசரி 560 மெட்ரிக் டன்கள்.

1962 ஆம் வருட கணக்கின்படி வெட்ஜ் பேங்க் மீன்தளத்திலிருந்து ஒவ்வொரு வருடமும் சுமார் 600 டன் (1962) அளவிற்கு சேமீனும் (snapper) கலவா (grouper, reef cod) மீனும், இந்தியப் படகுகளால்

பிடிக்கப்பட்டது. இலங்கை சார்ந்த டிராலர் படகுகளால் மூன்றிலிருந்து ஆறு டன் அளவிற்கு ஒவ்வொரு நாளும் பிடிக்கப்பட்டது. ஜப்பானிய டிராலர் கப்பல்கள் பத்து வருடங்கள் வணிக ரீதியில் வெட்ஜ் பேங்கில் மீன்பிடித்தத்தில் ஈடுபட்டிருந்தன.

1965 முதல் 1970 வரை 3226 மெட்ரிக் டன் மீன்கள் டிராலர் படகுகளால் அறுவடை செய்யப்பட்டது. வடகிழக்குப் பருவமழை காலகட்டத்தில் (அக்டோபர் மாதத்திலிருந்து டிசம்பர் வரை) கடலில் ஆக்சிஜன் அளவு குறைவாக இருக்கும் காரணத்தினால் மீன்வரத்தும் குறைவாக இருக்கும். நவம்பர் மாதத்திலிருந்து ஏப்ரல் மாதம் வரை சராசரியாக ஒரு மணிநேரத்துக்கு 183 கிலோ மீன்களும் மே மாதத்திருந்து அக்டோபர் மாதம் வரை ஒரு மணி நேரத்துக்கு 282.9 கிலோ மீன்களும் பிடிக்கப்பட்டதாக தேசிய கடல் ஆராய்ச்சி நிறுவனத்தின் ஆய்வறிக்கை சொல்கின்றது.

1965ஆம் ஆண்டின் புள்ளிவிவரப்படி வெட்ஜ் பேங்கின் மீன்வளம் 8390 மெட்ரிக் டன்கள். ஐநா சபையின் உணவு மற்றும் விவசாய அமைப்பின் 1977ஆம் வருட கணக்கின்படி வெட்ஜ் பேங்க், பால்க் ஜலசந்தி மற்றும் மன்னார் வளைகுடா பகுதியில் 5.5 லட்சம் மெட்ரிக் டன் மீன்வளம் இருப்பதாகக் கணக்கிடப்பட்டது. இதில் வெட்ஜ் பேங்கின் பங்கு மூன்றில் ஒன்று எனக்கொண்டாலும் 1.8 லட்சம் மெட்ரிக் டன்கள்.

மேற்கண்ட புள்ளிவிவரங்களிலிருந்து மீன்அறுவடை ஒவ்வொரு வருடமும் அதிகரித்துக் கொண்டேதான் இருக்கிறது. காரணம், வெட்ஜ் பேங்கின் மீன் இருப்பும் உற்பத்தியும் மிகவும் அதிகம்.

குளச்சல், தூத்தூர், வள்ளவிளை பகுதி மீனவர்களுக்கு இந்தோ நார்வேஜியன் திட்டப்படி லூர்தம்மாள் சைமனால் 1957க்குப் பிறகுதான் விசைப்படகுகள் அறிமுகப்படுத்தப்பட்டது. சமீப காலம் வரை நமக்கு வெட்ஜ் பேங்க் என்று ஒன்று இருப்பதே தெரிந்திருக்கவில்லை. சுமார் 100 வருடங்கள் நமக்குச்சொந்தமான வெட்ஜ் பேங்க் மீன்தளத்திலிருந்து இலங்கையும் வெளிநாட்டு கப்பல்களும் மட்டுமே நமது மீன்வளத்தை இழுவைமடி கொண்டு வேட்டையாடி பவளப்பாறைகளை அழித்துக்கொண்டிருக்கின்றன. இழுவைமடியினுள் பெரிய மீன்களைவிட அதிகமாக சிறிய மீன்குஞ்சுகளும் அகப்படும். பெரியமீன்களை மட்டும் கப்பலில் போட்டுவிட்டு சிறிய மீன்களை வெளியில் கொட்டிவிடுவார்கள். கடலில் கொட்டப்படும்போது அநேகமாக அவை இறந்துபோயிருக்கும்.

அவ்வாறு மீன் வளர்ச்சியையும் இழுவைமடிகள் குறைக்கின்றன.

இழுவைமடி என்பது மிகப்பெரிய மீன்பிடி சாதனம். வலையால் உருவாக்கப்பட்ட ப வடிவ மடிவலையின் இரண்டு வெளிப்பக்க நுனிகளில் வடத்தால் கட்டி, ப வடிவ மடிவலை கடலில் கிடக்க, அந்த வடத்தை கப்பல் அல்லது விசைப்படகின் பின்பக்கம் இணைத்திருப்பார்கள். மடிவலை கடலாழம் சென்று தரையில் படுத்திருக்கும். கப்பல் அல்லது விசைப்படகு முன்னோக்கி ஓடும்போது, கடலாழத்தில் தொடர்ந்து பின்னால் வந்துகொண்டிருக்கும் ப வடிவ மடியில் மீனும் பவளப்பாறைகளும் அகப்படும். மின்னியக்க தானியங்கி சாதனங்கள் கொண்டே இழுவைமடிகள் இயக்கப்படுகிறது. இழுவைமடியில் அகப்படுவது மீனா அல்லது பவளப்பாறையா என்பது கப்பல் மற்றும் விசைப்படகில் இருப்பவர்களுக்குத் தெரியாது. ஒவ்வொரு வருடமும் சுமார் 7.3 மில்லியன் டன் மீன்கள், தேவையில்லாத கழிவுகளாக மீன்பிடித்தவுடன் கடலில் மீண்டும் கொட்டப்படுவதாக ஆய்வுகள் சொல்கிறது. இதில் 90% இழுவைமடிகளில் அகப்படும் மீன்கள் என்பது குறிப்பிடத்தக்கது.

நமது கடற்கரை மீனவர்கள் பல்லாண்டு காலமாக கரையிலிருந்து இழுக்கும் கரமடியையும், கரையிலிருந்து சிறிது தூரத்தில் இரண்டு கட்டுமரங்கள் கொண்டு இழுக்கும் தட்டுமடியையும் பயன்படுத்திக் கொண்டிருக்கின்றார்கள். இதனால் பவளப்பாறைகளுக்கோ சுற்றுச்சூழலுக்கோ எந்தவித பாதிப்புமில்லை என்பதையும் கருத்தில்கொள்ள வேண்டும்.

இனயம் சார்ந்த நமது மீனவர்கள் பாரம்பரிய முறையில் மீன் பிடிப்பவர்கள். மட்டு என்னும் தூண்டில் கொண்டு கையினால் சுறா வேட்டையாடுவதில் விற்பன்னர்கள். பவளப்பாறைகளின் அழிவு காரணமாக, கணவாய் போன்ற மீன்களுக்காக இனயம் மற்றும் வள்ளவிளை பகுதி கடற்கரை மீனவர்கள் செயற்கையாக பாருகளை அமைத்துக்கொண்டிருக்கின்றார்கள்.

மேற்குக் கடற்கரையில் கொச்சி, கண்ணூர், கார்வார் பகுதிகளில் 1954இல்தான் இறால்மீன் பிடிப்பதற்காக முதன்முதலில் இழுவைமடி பயன்படுத்தப்பட்டது. 1961 ஆம் வருடக் கணக்குப்படி நாளொன்றிற்கு 5 டன் இறால் பிடிக்கப்பட்டது.

வெட்ஜ் பேங்க் இந்தியாவின் கடல் எல்லைக்கு உட்பட்ட பகுதி. இந்தியாவும் இலங்கையும் 1976 இல் செய்துகொண்ட ஒப்பந்தத்தின்படி அதுவரை வெட்ஜ் பேங்க் மீன்பிடித்தளத்தின்

மீன்வளத்தை அறுவடை செய்துகொண்டிருந்த இலங்கை 1981 க்குப் பிறகு அந்தத் தளத்தில் மீன்பிடிப்பதை நிறுத்தவேண்டும். ஆனால் இன்றுவரை இலங்கைதான் வெட்ஜ் பேங்கின் மீன்வளத்தை அறுவடை செய்துகொண்டிருக்கின்றது. வெளிநாட்டு மீன்பிடி கப்பல்களும் நம்முடைய வளத்தை வாரிச்செல்கின்றன.

நம்முடைய அரசாங்கமும் வெட்ஜ் பேங்க் மீன்பிடித்தளம் குறித்து மீனவர்களுக்கு எந்தவித விழிப்புணர்வையும் ஏற்படுத்தவில்லை. நமக்குச் சொந்தமான ஒரு மிகப்பெரிய மீன்வளத்தை இலங்கை மற்றும் வெளிநாட்டுக் கப்பல்களுக்கு இனாமாகக் கொடுத்திருக்கின்றோம்.

வெட்ஜ் பேங்க் பவளப்பாறைதிட்டுகள் எதிர்கால, கனவுத்திட்டமான இனயம் துறைமுகத்திற்கு வருவதற்கான பன்னாட்டு கப்பல் வழிப்பாதையில் அமைந்திருக்கின்றது. துறைமுகக் கட்டுமானத்தினால் கடலில் கலக்கும் பல்லாயிரம் டன் மணல் கழிவுகள் கடலின் சுற்றுச்சூழலுக்கும் கேட்டை விளைவிப்பதுடன், கப்பல் கழிவுகளும் இயற்கை நீரோட்டத்தினால் அடித்துச்செல்லப்பட்டு ஒட்டுமொத்த வெட்ஜ் பேங்கையும் பாதிக்கும். ஒட்டுமொத்த மீன்வளமும் அழிந்துவிடும்.

அதுபோல் இனயம் துறைமுகத்துக்கு வந்து செல்லும் வெளிநாட்டுக் கப்பல்கள் வெட்ஜ் பேங்க் மீன்வளத்தை இன்னும் அதிகமாகச் சூறையாடும். அந்தப் பகுதியில் கப்பல் போக்குவரத்து அதிகமாக இருப்பதால் மீன்பிடிக்கவும் செல்லமுடியாது. இனயம் பகுதியிலிருக்கும் இரண்டு லட்சம் மீனவ மக்களின் வாழ்வாதாரமும் பாதிக்கப்படும்.

வெட்ஜ் பேங்கில் மீன்பிடிக்க சிறந்த காலம் ஜுலை முதல் அக்டோபர் வரையாகும். இந்தக் காலகட்டத்தில் நெய்மீன், கலவா, சேமீன், சுறா போன்றவை அதிகமாகக் கிடைக்கும். இது நமக்கு கடல் சீற்றம் அதிகமான ஆனியாடி காலகட்டம். நமது மீனவர்கள் ஆனியாடி காலத்தில் ஆழ்கடலில் மீன்பிடிக்க அதிகமும் செல்வதில்லை. மீன்கள் இனப்பெருக்கம் செய்யும் காலகட்டத்தில் 45நாட்கள் மீனவர்கள் கடலில் மீன்பிடிக்கக்கூடாதென்று சட்டமிருக்கின்றது. வெட்ஜ் பேங்க் மீன்கள் முட்டையிட்டு இனப்பெருக்கம் செய்வதற்கு சிறந்த இடம். ஆனால், வெட்ஜ் பேங்கில் மீன்பிடிக்க வெளிநாட்டுக் கப்பல்களுக்கும், இழுவைமடிகளுக்கும் தடையில்லை. இதை யாரிடம் முறையிடுவது?

இனயம் துறைமுகத் திட்டத்தினால் வெட்ஜ் பேங்க்

மீன்பிடித்தளத்திற்கு ஏற்படும் சேதம் என்பது சென்னையைப்போல் பதினைந்து இருபது மடங்கு பரப்பளவுள்ள நிலப்பரப்பில் அறுவடைக்குக் காத்திருக்கும் வயல்வெளியை தீவைத்து கொளுத்துவதைப்போன்றது. விவசாயம் சார்ந்த மக்கள் தங்கள் வீட்டில் வளரும் ஒரேயொரு தென்னையையோ அல்லது பனைமரத்தையோ தேவையில்லாமல் வெட்டிச்சாய்க்க முடிவெடுப்பார்களா? எப்படி நமது அரசிற்கு அறிவுரைகூறும் கடல்சார் வல்லுநர்கள் பல லட்சம் டன் மீன்வளத்தை அழிக்க முன்வந்திருக்கின்றார்கள்? காரணம், அவர்களுக்கு கடல் குறித்தும், மீன் குறித்தும் அடிப்படையான புரிதல் எதுவும் இல்லை என்பதுதானே. மீனவர்களின் மீதான அவர்களின் துச்சமான பார்வைதானே இந்த முடிவிற்கு கொண்டுவந்திருக்கின்றது.

2015—16ஆம் வருடக் கணக்குப்படி தமிழகத்தின் கடல் மீன் அறுவடை 4.57 லட்சம் டன்கள். 7 லட்சம் டன் எதிர்பார்க்கப்பட்டது. இதற்கு முக்கியமான காரணம் நம்மிடம் போதுமான அளவு மீன்பிடித் துறைமுகங்கள் இல்லாதது. இனயம், தூத்தூர், வள்ளவிளை பகுதியில் ஆயிரத்திற்கும் மேற்பட்ட ஆழ்கடல் விசைப்படகுகள் இருக்கிறன. நம்மிடம் சிறந்த பெரிய மீன்பிடித் துறைமுகங்கள் இல்லாத காரணத்தினால் அந்தப் படகுகள் அனைத்தும் கொச்சியை மையமாகக்கொண்டே இயங்குகின்றன. அங்கேயே மீன்கள் அனைத்தும் விற்பனை செய்யப்படுகின்றன. எனவே மீன் சம்பந்தமான அனைத்து வருவாயும் கேரளாவிற்குச் செல்கின்றது. வெட்ஜ் பேங்கிற்கு பக்கத்திலிருக்கும் தேங்காய்ப்பட்டணம் துறைமுகம் இன்னும் முடிவடையவில்லை. கட்டிமுடித்தாக சொன்னதில் மீண்டும் கட்டுமானக் கோளாறு.

இனயம் துறைமுகம் வந்தால் வருடத்திற்கு 1500 கோடி லாபமிருப்பதாகச் சொல்கின்றார்கள். ஆனால், இதில் பாதி அளவிற்கு கடலை ஆழப்படுத்துவதற்காகவே செலவாகும். இரண்டு லட்சம் மக்களின் வாழ்வாதாரத்தை துச்சமாக நினைத்து, நம்முடைய பல்லாயிரம்கோடி மதிப்புள்ள மீன்வளங்களின் இருப்பைக்கூட அறியாமல், துறைமுகம் கட்டுவதென்பது சரியானதல்ல.

இனயம் துறைமுகத்திலிருந்து கிடைக்கும் வருட லாபமான 1500 கோடியை விட அதிகமான மீனை வெட்ஜ் பேங்க் மீன்பிடித் தளத்திலிருந்து அறுவடை செய்யமுடியும். அதற்கான முயற்சியை அரசாங்கம் முன்னெடுக்கவேண்டும். நாம் அதிநவீன தொழில்நுட்ப காலகட்டத்தில் இருக்கிறோம். கடல்வள ஆய்வுகளை

மேற்கொள்ளவேண்டும். மீன்பிடித்தல் சம்பந்தமான அனைத்து தொழில்நுட்பங்களையும் நாம் இன்னும் வெளிநாட்டிலிருந்தே பெற்றுக்கொண்டிருக்கிறோம். மீன்வள வளர்ச்சிக்கும், மீன் பிடித்தத்திற்கும் நாம் சொல்லும்படியான எந்தவித ஆய்வுகளையும் மேற்கொண்டதில்லை. ஆனால், பாரம்பரிய மீனவர்கள் தங்கள் தொழில்நுட்பத்தில் பலபடி மேலே சென்றிருக்கின்றார்கள்.

தங்கள் ஒரே மீன்வளமான வெட்ஜ் பேங்கிற்கு அருகாமையிலிருக்கும் இனயத்தில் பன்னாட்டு வர்த்தகத் துறைமுகம் வருவது வெட்ஜ் பேங்கைச் சார்ந்திருக்கும் இரண்டு லட்சம் மீனவர்களுக்கும் பாதிப்பை ஏற்படுத்தும். எதிர்கால இந்தியாவின் நிரந்தர வளர்ச்சியை கருத்தில்கொண்டும், இரண்டு லட்சம் மக்களின் வாழ்வாதாரத்தை முன்னிட்டும் இனயம் துறைமுகத் திட்டத்தைக் கைவிடுவதே புத்திசாலித்தனம். வெட்ஜ் பேங்கின் மீன்பிடி உரிமையை இந்திய மீனவர்களுக்குக் கொடுக்கவேண்டும். வெளிநாட்டு இழுவைமடி கப்பல்களும் படகுகளும் வெட்ஜ் பேங்கில் மீன்பிடிப்பதை தடைசெய்யவேண்டும். வெட்ஜ் பேங்க் ஒரு நிரந்தர மீன்வங்கி. கடலன்னை மீனவர்களுக்கு அளித்திருக்கும் அமுதசுரபி.

குறிப்புகள்:

1. http://karelarssen.com/fishingchart.pdf
2. https://www.scribd.com/document/271752296/palkbay-joedcruz
3. http://aquaticcommons.org/16685/1/NARA18.2_047.pdf
4. http://aquaticcommons.org/16736/1/NARA19_013.pdf
5. http://aquaticcommons.org/16274/1/NARA6.pdf
6. http://eprints.cmfri.org.in/3110/1/Article_17.pdf
7. http://www.fao.org/3/a-ae483e.pdf
8. http://www.harwichanddovercourt.co.uk/warships/minesweepers-2/
9. http://eu.oceana.org/en/press-center/press-releases/millions-tons-fish-are-thrown-away-sea-each-year-around-world
10. https://en.wikipedia.org/wiki/Trawling

8
கனவு மெய்ப்படுமா?

இனயம் துறைமுகத் திட்டம் என்றால் என்ன?

இனயம் துறைமுகத்திற்கான டெண்டர் இன்னும் அறிவிக்கப்படவில்லை. இருப்பினும், இந்தியாவில் கட்டப்படும் புதிய துறைமுகங்கள் அனைத்தும் அதானி குழுமத்தால் கட்டப்படுவதாலும், திரு. அதானியே ஒரு பேட்டியில் சாகர்மாலா திட்டத்தை 'அதானி சாகர்மாலா திட்டம்' என்று சொல்வதன் அடிப்படையிலும், இனயம் துறைமுகத்தின் மூன்று சரக்கு இறக்குதளங்களில் ஒன்று நிலக்கரி இறக்குவதற்கானது என்பதன் அடிப்படையிலும் இனயம் துறைமுகத் திட்டத்தை கீழ்கண்டவாறு வரையறை செய்யலாம்.

இந்தியாவிலிருக்கும் அதானியின் அனல்மின் நிலையங்களுக்குத் தேவையான நிலக்கரியை, அதானியால் ஒப்பந்தமிடப்பட்டுள்ள ஆஸ்திரேலிய கார்மைக்கேல் நிலக்கரிச் சுரங்கத்திலிருந்து, அதானியின் நிலக்கரிச் சுரங்க நிறுவனத்தினால் வெட்டியெடுக்கப்பட்டு, அதானியின் கப்பல் நிறுவனத்தினால் இந்தியாவில் இறக்குமதி செய்வதற்கான துறைமுகத்தை, அதானியின் துறைமுக நிறுவனம், கன்னியாகுமரி பாராளுமன்றத் தொகுதிக்கு உட்பட்ட, இனயம் கடற்கரை கிராமத்தில் அரசு தனியார் கூட்டு முயற்சியில் (PPP) கட்டவிருக்கும் திட்டமே இனயம் துறைமுகத் திட்டம் என்று மிகச் சுருக்கமாகச் சொல்லலாம்.

இனயம் துறைமுகத் திட்டத்தின் ஆன்மா ஆஸ்திரேலியாவின் கார்மைக்கேல் நிலக்கரிச் சுரங்கத்தில் இருக்கின்றதென்று உலகின் சயரோகம் கட்டுரையில் விளக்கமாக சொல்லப்பட்டிருக்கின்றது. இனயம் துறைமுகத்துக்கு இருக்கும் எதிர்ப்புபோல், ஆஸ்திரேலிய கார்மைக்கேல் நிலக்கரிச் சுரங்கத்திற்கும் ஆஸ்திரேலியாவில் உள்ளூர் மக்களிடமிருந்தும், சுற்றுச்சூழல் ஆர்வலர்களிடமிருந்தும் பலத்த எதிர்ப்பு உள்ளது. பல வழக்குகளும் நடைபெறுகின்றன. அனைத்தையும் ஒவ்வொன்றாகத் தாண்டி வந்துகொண்டிருந்தது அதானி குழுமத்தின் நிலக்கரிச்சுரங்க நிறுவனம்.

கார்மைக்கேல் நிலக்கரிச் சுரங்கத்திலிருந்து வெட்டியெடுக்கப்படும் நிலக்கரியை அபாட் பாயிண்ட் துறைமுகம் வரை இரயில் மூலமாகக் கொண்டுவரவேண்டும். 310 கிலோமீட்டர் நீள இரயில் பாதை அமைப்பதற்கான 1 பில்லியன் டாலர் கடனைத்தான் செல்லாக்காசு திட்டத்திற்குப்பிறகு தன்னிடமிருக்கும் மிதமிஞ்சிய மக்களின் பணத்தை என்னசெய்வதென்றறியாமல் முழித்துக்கொண்டிருந்த எஸ்பிஐ அதானி குழுமத்திற்கு வழங்கியது. 2014ஆம் வருடம் அதானி குழுமத்திற்கு 1 பில்லியன் டாலர் கடனளிப்பதிலிருந்து எஸ்பிஐ பின்வாங்கியதும், அப்போது திரு. ரகுராம் ராஜன் ஆர்பிஐ—யின் கவர்னராக இருந்தார் என்பதும் குறிப்பிடத்தக்கது.

பணமில்லா வர்த்தகம் தற்போதைய செல்லாக்காசு பிரச்சனையின் விளைவென்று சொல்லிக்கொள்கின்றார்கள். இந்தியாவில் நடந்த பெரும்பஞ்சங்களின்போதும் பல பெரிய கட்டுமானங்களும் நடந்தன. ஒருவேளை உணவிற்காக கல்லும் மண்ணும் தூக்கிச்சுமந்து மக்கள் செத்து மடிந்தார்கள். அதுபோல், பஞ்சகாலங்களின்போது அடிமை வியாபாரமும் உச்சத்தில் இருந்தது. பட்டினியிலிருந்து தப்புவதற்காக லட்சக்கணக்கான மக்கள் அடிமைகளாக கப்பலேறி வெளிநாடு சென்றார்கள். இது நியூட்டனின் மூன்றாம் விதி. எந்த வினைக்கும் அதற்கிணையான எதிர்வினை உண்டு. செல்லாக்காசின் விளைவு பணமில்லா வர்த்தகம். இன்னொரு விளைவு இனயம் துறைமுகமாகவும் இருந்திருக்கலாம். ஆனால் நடைமுறையில் பலத்த சிக்கல்கள்.

ஆஸ்திரேலியா கார்மைக்கேல் நிலக்கரிச் சுரங்கத்தின் திட்ட மதிப்பு 16 பில்லின் டாலர்கள். சுமார் ஒரு லட்சம் கோடி டாலர்கள். இந்தத் தொகையை அதானி குழுமத்திற்கு கடனளிப்பதாக இருந்த ANZ வங்கி தற்போது பின்வாங்கியிருக்கின்றது. அதானியின் குழுமம் இதை எதிர்பார்த்திருக்க வாய்ப்பில்லை. ஆனால், இந்த ஒரு லட்சம் கோடி ரூபாயை எஸ்பிஐ கடனளிப்பதற்கும் வாய்ப்புகள் இல்லாமலில்லை. செல்லாக்காசு என்னும் பெயரில் மக்களிடமிருந்து பிடுங்கிய பல லட்சம் கோடிகள் எஸ்பிஐ—யிடம் இருக்கிறது. என்ன வேண்டுமென்றாலும் நடக்கலாம். அதானி குழுமம் வங்கிகளுக்கு இதுவரை திருப்பிச்செலுத்தவேண்டிய தொகை 96,000 கோடிகள் என்பதையும் ஞாபகப்படுத்த வேண்டியுள்ளது.

எனவே தற்போது நிலக்கரிச் சுரங்கமும் இனயம் துறைமுகமும் தரைதட்டி நிற்கின்றது. கடந்த வருடம்வரை குளச்சல் வர்த்தகத் துறைமுகமென்றுதான் சொல்லிக்கொண்டிருந்தார்கள். அதன்பிறகுதான் இனயம் பன்னாட்டு சரக்குப் பெட்டக மாற்று முனையம் என்று பெயர் மாறியது. அதற்கும் காரணம் இல்லாமலில்லை. அமெரிக்கா,

ரஷ்யா, சீனா, ஆஸ்திரேலியாவிற்கு அடுத்து இந்தியாவில் அதிக அளவிலான நிலக்கரி இருக்கிறது. வெளிநாட்டிலிருந்து நிலக்கரி இறக்குமதியைக் குறைத்து, இந்தியாவில் நிலக்கரி உற்பத்தியை அதிகப்படுத்துவதற்காக "இந்திய நிலக்கரிக் குழுமம்", நிலக்கரிச் சுரங்கங்களிலிருக்கும் பல்லாயிரம் டன் நிலக்கரியை இ—ஆக்சன் முறையில் விற்பனை செய்துகொண்டிருக்கின்றது.

அடுத்த பத்தாண்டுகளுக்கு இந்தியாவில் நிலக்கரி இறக்குமதிக்கான தேவையில்லை என்று இந்திய எரிசக்தித்துறை அமைச்சர் பியூஷ் கோயல் சொல்கின்றார். ஆனால் அதானி குழுமம் ஆஸ்திரேலிய நிலக்கரிச் சுரங்கத்தை எளிதில் கைவிட்டுவிடாது. இதில் நகைமுரண் என்னவென்றால், இந்தியாவிலிருக்கும் லட்சக்கணக்கான மக்களின் இருண்ட வீடுகளின் மின்சார வசதிக்காகத்தான் இந்த நிலக்கரி பயன்படுத்தப்படவிருக்கின்றது என்று சொல்லியே அதானி குழுமம் ஆஸ்திரேலிய நிலக்கரிச் சுரங்க ஒப்பந்தத்தைப் பெற்றது. ஆஸ்திரேலியாவிலிருந்து கொண்டுவரப்படும் நிலக்கரியை, தன்னுடைய அனல்மின் நிலையங்களுக்கான தேவை போக, மீதியை இந்தியாவின் துறைமுகத்தில் அல்லது வெளிக்கடலில் வைத்திருந்து அங்கிருந்து வேறுநாட்டிற்கு அனுப்பவேண்டும். அதற்கானதுதான் இந்த பன்னாட்டுப் பெட்டக மாற்றுத் துறைமுகம் என்ற சந்தேகத்தையும் ஏற்படுத்துகின்றது.

நிலக்கரியில்லையென்றால் இனயம் பெட்டக மாற்று முனையத்திற்கான தேவையில்லை. ஆஸ்திரேலிய நிலக்கரிச் சுரங்கம் இருக்கும்வரை இனயம் துறைமுகத்திட்டம் பேச்சளவிலாவது இருந்துகொண்டிருக்கும். தற்போதைய நிலவரப்படி இனயம் துறைமுகக் கனவு மெய்ப்படுவது அவ்வளவு எளிதானதல்ல.

குறிப்புகள்:

1. http://www.abc.net.au/news/2016-12-19/indias-plan-to-step-away-from-coal-casts-doubt-on-adani-mine/8131240
2. http://www.thestar.com.my/business/business-news/2016/12/05/adani-secures-milestone-in-planned-us$16b-australian-coal-project/
3. http://en.southlive.in/business/2016/11/22/when-scores-die-in-streets-without-cash-sbi-gives-dollar1-billion-for-adanis-australia-project
4. http://www.theaustralian.com.au/business/financial-services/anz-effectively-rules-out-funding-adanis-carmichael-coalmine/news-story/59b2a756082a5cd2c61cf9959debff95
5. https://mysunshinecoast.com.au/news/news-display/adani-pay-just-0008-percent-in-tax-on-multimillion-dollar-earnings,47069

9
புதுச்சட்டம்

இந்தியாவின் பெருந்துறைமுகங்கள் அனைத்தும் "முக்கியத் துறைமுகங்கள் பொறுப்பு நிறுவனச் சட்டம் — 1963" சட்டத்தின் கீழ் இயங்குகின்றன. செல்லாக்காசு பிரச்சனை உச்சத்தில் இருந்தபோது, கடந்த டிசம்பர் 14ஆம் நாள் இந்தச் சட்டத்தை மாற்றி "பிரதான துறைமுகங்கள் அதிகாரசபை மசோதா, 2016" அமல்படுத்தப்பட்டிருக்கின்றது. இந்தச் மசோதாவின்படி துறைமுகம் சம்பந்தமான அனைத்து முடிவுகளையும் மத்திய அரசு தன்னிச்சையாக எடுக்கமுடியுமென்ற அச்சமிருக்கின்றது.

இந்த மசோதாவின்படி மத்திய அரசு அடுத்த 90 நாட்களுக்குள் நிர்வாகக்குழுவை உருவாக்கும். அந்தக் குழுவிற்கு அனைத்து அதிகாரமும் கொடுக்கப்பட்டிருக்கின்றது. புதிய துறைமுகத்தை உருவாக்குவது, பெரிய துறைமுக எல்லைக்குள் புதிய கட்டுமானங்களை நிர்மாணிப்பது, துறைமுகங்களை விரிவாக்குவது, நிலங்களை வாங்குவது, வாங்கமுடியவில்லையென்றால் அந்தந்த மாநில அரசுகள் அந்த நிலத்தை கையப்படுத்தும், அதுவும் முடியவில்லையென்றால் மத்திய அரசு தலையிடும்.

கப்பல்கள் வந்து போவதற்கான கட்டணம் மற்றும் வரிகளை இந்தக் குழுவே தீர்மானிக்கும். எனவே இது தனியார் துறைமுகங்களுக்கு போட்டியாக இருக்குமென்றும் சொல்லப்படுகின்றது. இது அதானி குழுமங்கள் போன்ற அரசு — தனியார் கூட்டுமுயற்சியில் (PPP) இயங்கும் துறைமுகங்களுக்கு லாபகரமானது.

துறைமுகத்திற்குத் தேவையான நிதியை இந்தக் குழு தன்னிச்சையாக, மத்திய அரசின் ஒப்புதலின் தேவையின்றி, தேசிய வங்கி அல்லது தனியார் வங்கியிடமிருந்தோ கடன் பெறுவதற்கான முயற்சியை மேற்கொள்ளலாம். இதன்படி இனயம் துறைமுகத்திற்குத் தேவையான 28,000 கோடி ரூபாயை இந்த நிர்வாகக்குழு தனியார் வங்கியிடமிருந்து பெறலாம்.

இனயம் துறைமுகத்திற்கு பிரச்சனையற்ற நேர்வழியை உருக்காக்கிக் கொடுப்பதாகத்தான் இந்தப் புதிய சட்டத்தைப் பார்க்கவேண்டியுள்ளது. இனயம் பெட்டகத் துறைமுகம் அமைப்பதற்கான அனைத்து முயற்சிகளையும் மத்திய அரசு மேற்கொள்ளும் என்றே தோன்றுகிறது.

பெருந்துறைமுக நிர்வாகக்குழு நேர்மையானதாக, நடுநிலையுடன் இருக்கவேண்டுமென்றால் மூன்று அல்லது நான்கு மீனவர்களை இந்த நிர்வாகக்குழுவில் இணைக்கவேண்டும். அதற்கு மத்திய அரசு முன்வருமா என்பது “ஒரு கப்பல் கொள்ளளவு அரபிப்பொன்” கேள்வி.

சாலை மற்றும் கப்பல் போக்குவரத்துத்துறை இணை அமைச்சர் திரு. பொன். ராதாகிருஷ்ணன் அவர்களால் 2016ஆம் வருடம் டிசம்பர் 16ஆம் தேதி மக்களவையில் பிரதான துறைமுகங்கள் அதிகாரசபை மசோதா, 2016 அறிமுகப்படுத்தப்பட்டது. இந்த மசோதாவின் முக்கிய அம்சங்கள் பின்வருமாறு:

சென்னை, கொச்சி, மும்பை, கண்ட்லா, கொல்கத்தா, புதிய மங்களூர், மர்மகோவா, பாரதீப், தூத்துக்குடி மற்றும் விசாகப்பட்டினம் பிரதான துறைமுகங்களுக்கு இந்த மசோதா பொருந்தும். மத்திய அரசு மேலும் பல முக்கியத் துறைமுகங்களை அறிவிக்கக்கூடும்.

1963ஆம் வருட சட்டத்தின்படி, அனைத்து முக்கியத் துறைமுகங்களும் மத்திய அரசால் நியமிக்கப்பட்ட உறுப்பினர்கள் கொண்ட துறைமுக அறக்கட்டளையின் அந்தந்த வாரியத்தால் நிர்வகிக்கப்படுகின்றன. [மத்திய அரசு' என்பதை 'கப்பல்துறை அமைச்சகம்' என்று நிலைக்குழு தன் அறிக்கையில் பரிந்துரைத்திருக்கின்றது.] ஒவ்வொரு துறைமுகத்திற்கும் தனித்தனியான அதிகாரசபை வாரியங்களை உருவாக்க இந்த மசோதா அதிகாரமளிக்கின்றது. ஏற்கெனவே இருக்கும் துறைமுக அறக்கட்டளைகளின் இடத்தை இந்த வாரியங்கள் பிடிக்கும்.

இந்த வாரியத்தில் ஒரு தலைவரும் ஒரு துணைத்தலைவரும் இருப்பார்கள். இவர்கள் மத்திய அரசால் தேர்ந்தெடுத்து அமைக்கப்பட்ட குழுவால் பரிந்துரைக்கப்படுவார்கள். இந்தக் குழுவில் பின்வரும் அமைப்புகளிலிருந்து ஒருவர் உறுப்பினராக இருப்பார். (i) *அந்தந்த மாநில அரசுகள்,* (ii)

இரயில்வே அமைச்சகம், (iii) பாதுகாப்பு அமைச்சகம் மற்றும் (iv) சுங்கத்துறை. இந்தக் குழுவில் மூன்றிலிருந்து நான்கு சுதந்திர உறுப்பினர்களும், பிரதான துறைமுகங்களின் ஊழியர்களின் நலனை பிரதிநிதித்துவப்படுத்தும் ஒருவரும் உறுப்பினர்களாக இருப்பார்கள்.

இந்த வாரியத்தின் நிலபுலன்களையும், சொத்துகளையும், நிதியாதாரத்தையும் பிரதான துறைமுகங்களின் அபிவிருத்திக்காகப் பயன்படுத்துவதற்கு மசோதா அனுமதியளிக்கின்றது. மேலும் இந்த வாரியம் பின்வரும் காரணங்களுக்காக விதிமுறைகளை உருவாக்கலாம்: (i) துறைமுக சம்பந்தப்பட்ட செயல்பாடுகள் மற்றும் சேவைகளுக்காக துறைமுக சொத்துகள் பயன்படுத்துவதற்கு ஏதுவானதா இல்லையா என்பதை அறிவிக்கலாம். (ii) புதிய துறைமுகங்கள், ஜெட்டிகள் போன்ற உள்கட்டமைப்பு வசதிகளை உருவாக்கவும், சேவையை அளிக்கவும் செய்யலாம். (iii) எந்தவிதமான சரக்குகளுக்கும், கப்பல்களுக்கும் கட்டணத்தில் சலுகையோ, நிவாரணமோ அளிக்கலாம்.

1963ஆம் வருடம் அமைக்கப்பட்ட பிரதான துறைமுகங்களுக்கான சுங்கத்தீர்வை ஆணையம், துறைமுகங்களின் சொத்துகள் மற்றும் துறைமுகங்களிலிருந்து பெறப்படும் சேவைகளுக்கான கட்டணங்களை தற்போது நிர்ணயிக்கின்றது. இந்த மசோதாவின்படி, அந்தந்த வாரியங்கள் நியமித்த வாரியமோ அல்லது உறுப்பினர் குழுவோ இந்தக் கட்டணங்களை நிர்ணயிக்கும். பின்வருவனவற்றிற்கு அவர்கள் கட்டணங்களை நிர்ணயிக்கலாம்: (i) துறைமுகங்களிலிருந்து பெறப்படும் சேவைகள். (ii) துறைமுக நுழைவு மற்றும் துறைமுக சொத்துகளின் பயன்பாடு. (iii) பல்வேறு தரத்திலான சரக்குகளுக்கும் அதுபோல் கப்பல்களுக்கும் கட்டணம் நிர்ணயம் செய்யலாம். இந்தக் கட்டண நிர்ணயம் 2002ஆம் வருடத்திய போட்டிச்சட்டம் அல்லது அதற்கு இணையான சட்டங்களில் சொல்லப்பட்டிருக்கும் விதிகளுக்கு இணக்கமாக, சில நிபந்தனைகளுக்கு உட்பட்டு, இருக்கவேண்டும்.

1963 சட்டத்திபடி, எந்தவொரு கடனைப் பெறுவதற்கும் மத்திய அரசின் அனுமதியை பெற்றாக வேண்டும். இந்த மசோதாவின்படி, துறைமுகங்களின் செலவினங்களுக்காக பின்வரும் அமைப்புகளிடமிருந்து கடன்பெறலாம்: (i) இந்திய ஷெட்யூல்ட் (தனியார்) வங்கி அல்லது நிதி நிறுவனம்,

(ii) அனைத்து சட்டதிட்டங்களுக்கும் உட்பட்ட வெளிநாட்டு நிதி நிறுவனங்கள். இருப்பினும், அதன் மூலதன இருப்பில் பாதியளவைவிட அதிகமான கடன்களுக்காக மத்திய அரசின் முன் அனுமதியைப் பெற்றாகவேண்டும்.

அரசு மற்றும் தனியார் கூட்டுத் (PPP) திட்டங்கள் என்பது வருவாய் மற்றும் ராயல்டி பகிர்வு அடிப்படையில் சலுகை ஒப்பந்தம் அடிப்படையிலான திட்டம் என்று வாரியம் வரையறை செய்கின்றது. இத்தகைய திட்டங்களுக்கு துவக்க ஏலத்திற்கு மட்டுமே வாரியம் கட்டணத்தை நிர்ணயம் செய்யலாம். சந்தை நிலைமைகளின் அடிப்படையில் உண்மையான கட்டணத்தை நிர்ணயம் செய்துகொள்ளும் ஏதேச்சையான உரிமை ஒப்பந்ததாரருக்கு இருக்கிறது. இந்தத் திட்டங்களின் மூலம் கிடைக்கும் வருவாயின் பங்கு குறிப்பிட்ட சலுகை ஒப்பந்தத்தின் அடிப்படையில் இருக்கும்.

ஒரு தீர்ப்பு வாரியத்தை உருவாக்குதற்கு இந்த மசோதா அனுமதியளிக்கின்றது. இந்தக் குழுவில் மத்திய அரசால் நியமிக்கப்பட்ட ஒரு தலைமை அதிகாரியும், இரண்டு உறுப்பினர்களும் இருப்பார்கள். இந்தத் தீர்ப்பு வாரியத்தின் செயல்பாடுகள்: (i) பிரதான துறைமுகங்களின் சுங்கத்தீர்வை ஆணையத்தால் மேற்கொள்ளப்பட்ட குறிப்பிட்ட சில செயல்பாடுகள். (ii) முக்கியத் துறைமுகங்கள் மற்றும் PPP ஒப்பந்ததாரரின் சலுகைகள், உரிமைகள் மற்றும் கடமைகள் தொடர்பான தகராறுகள் அல்லது கோரிக்கைகளை நிவர்த்திசெய்வது. (iii) உளைச்சல் கொடுக்கும் PPP திட்டங்களை மதிப்பாய்வு செய்வது. (iv) துறைமுக பயனர்களிடமிருந்து பெறப்பட்ட துறைமுக சேவைகளின் மீதான புகார்களை கவனிப்பது.

1963 சட்டத்தின் கீழ், வெவ்வேறு விதிகளை மீறுவதற்காக வெவ்வேறு அபராதங்கள் உள்ளன. எடுத்துக்காட்டாக, (i) முன் அனுமதியின்றி துறைமுகத்தில் எந்தவொரு கட்டமைப்பையும் கட்டுவதற்கு அபராதம் ரூ.10,000 (ரூபாய். பத்தாயிரம் மட்டுமே/—) வரை நீட்டிக்கப்படலாம். (ii) கட்டணங்களை தவிர்ப்பதற்கான அபராதம் பத்துமடங்குவரை நீட்டிக்கப்படலாம். ஆனால், இந்த மசோதாவின்படி, சட்டவரைமுறைகளை மீறும் எந்தவொரு நபருக்கும் ஒரு லட்சம் ரூபாய் (ரூ. 1,00,000/—) அபராதமாக விதிக்கப்படும்.

பிரதான துறைமுக அதிகாரசபை மசோதாவின் சாரங்களை ஆராய்வதற்காக போக்குவரத்து, சுற்றுலா மற்றும் கலாசாரத்துறையின் தலைவரான திரு. முகுல் ராய் அவர்களின் தலைமையில் நிலைக்குழு ஒன்று அமைக்கப்பட்டது. மசோதாவின் மீதான தனது அறிக்கையை 2017 ஜூலை 18ஆம் நாள் இந்திய பாராளுமன்றத்தின் இரு அவைகளிலும் நிலைக்குழு சமர்ப்பித்தது. அதில் மிகமுக்கியமான ஒன்றை பரிந்துரைத்திருக்கின்றது. பிரதான துறைமுகங்களுக்குப் பக்கத்தில் கட்டப்படும் புதிய துறைமுகங்கள், பிரதான துறைமுகங்களின் வணிகத்தையும் லாபத்தையும் பாதிப்பதால், பிரதான துறைமுக வாரியங்களின் அனுமதியின்றி அவற்றிலிருந்து 100 கிலோமீட்டர் தொலைவிற்குள் புதிய துறைமுகங்களை கட்டுவதற்கு அனுமதிக்கக்கூடாது என்று சொல்கின்றது.

ஆனால், இந்தப் பரிந்துரையை கப்பல்துறை அமைச்சகம் கருத்தில் கொள்ளுமா? விழிஞ்சம் துறைமுகம் பிரதான துறைமுகமாக கணக்கில் கொள்ளப்படுமா? விழிஞ்சம் துறைமுகத்திலிருந்து 25 கிலோமீட்டர் தொலைவில் அமையவிருக்கும் இனயம் துறைமுகத்திற்கு விழிஞ்சம் துறைமுக வாரியம் அனுமதியளிக்குமா? என்பதைப் பொறுத்திருந்துதான் பார்க்கவேண்டும்.

குறிப்புகள்:

1. புதிய சட்டம்: http://www.prsindia.org/billtrack/the-major-port-authorities-bill-2016-4502/

2. பழைய சட்டம்: http://www.mumbaiport.gov.in/writereaddata/linkimages/5674983817.pdf

3. http://164.100.47.5/newcommittee/reports/EnglishCommittees/Committee%20on%20Transport,%20Tourism%20and%20Culture/250.pdf

4. http://www.prsindia.org/uploads/media/Major%20Ports/SCR-%20Major%20Port%20Authorities%20Bill,%202016.pdf

10
ஆழிப்பழம்

இந்தக் கட்டுரையின் முக்கியப் புள்ளிகள்:

அ. ஒடிசா மாநிலத்தில் அதானி குழுமத்தால் நிர்வகிக்கப்படும் தமாரா துறைமுகத்தினால் ஒடிசாவின் வீலர்தீவு என்னும் டாக்டர் அப்துல்கலாம் தீவிற்குப் பக்கத்திலிருக்கும் நாசி-1 தீவு முற்றிலும் அழிந்துவிட்டது. நாசி-2 தீவு இன்னும் 2-3 வருடங்களில் முற்றிலும் அழிந்துவிடும் என்று ஆய்வுகள் சொல்கின்றது.

ஆ. தமாரா துறைமுகத்தினால் ஒவ்வொரு வருடமும் பல்லாயிரக்கணக்கான ஆலிவ் ரிட்லி ஆமைகள் இறக்கின்றன.

இ. இழுவைமடிகளில் தற்செயலாக அகப்படுவதன் காரணமாக சில நூறு ஆமைகள் ஒவ்வொரு வருடமும் தமிழகத்தில் இறக்கின்றன. எனவே, கடற்கரையிலிருந்து ஒன்பது கிலோ மீட்டர் தூரத்திற்கு ஜனவரி-மார்ச் மூன்று மாதங்கள் தமிழ்நாட்டு விசைப்படகுகளுக்கு மீன்பிடிக்கத் தடைவிதிக்கப்பட்டிருக்கின்றது. ஆனால் பல்லாயிரக்கணக்கான ஆலிவ் ரிட்லி ஆமைகள் இறப்பதற்கு காரணமாக இருக்கும் துறைமுகங்களுக்குத் தடைகள் எதுவுமில்லை.

ஈ. இந்தியாவில் நிலைப்படுத்தும் நீர் மேலாண்மைச் சட்டம் (Ballast Water Management Act) எதுவுமில்லை. வெளிநாடுகளிலிருந்து வரும் கப்பல்கள் அதிலிருக்கும் எண்ணெய்க் கழிவுகளையும் நிலைப்படுத்து நீரையும் எங்கு எவ்வாறு அகற்றவேண்டுமென்பதற்கான சட்டம். இந்தக் கழிவுகள் பெரும் பஞ்சங்களுக்கும் நோய்களுக்கும் காரணமாக இருந்திருக்கின்றன. இது கடற்கரையின் சுற்றுச்சூழலை முற்றிலும் அழித்துவிடும்.

சில கேள்விகள்:

உ. இனயம் சார்ந்த கிராமங்களில் ஆமைகள் இறப்பதால், இனயம் துறைமுகம் சார்ந்த பல கிராமங்களிலும் இந்த மீன்பிடித்தடை

இருக்கிறது. அப்படியென்றால், பல்லாயிரக்கணக்கான ஆமைகள் இறப்பதற்குக் காரணமாக இருக்கும் ஒடிசாவின் தமாரா துறைமுகத்தைவிடப் பெரிய இனயம் துறைமுகத்திற்கு எப்படி அனுமதி கிடைத்தது?

ஊ. துறைமுகக் கட்டுமானத்திற்குத் தேவையான ஆய்வுகள் மேற்கொள்ளும் சிறந்த அமைப்புகள் இந்தியாவில் இல்லை. ஆய்வுகளை வெளிநாட்டு நிறுவனங்கள் செய்கின்றன. வெளிநாட்டு நிறுவனங்கள் செய்யும் ஆய்வுமுடிவுகளை கூராய்வு செய்யும் அமைப்புகள் இந்தியாவில் இருக்கின்றதா? வெளிநாட்டு நிறுவனங்களின் ஆய்வுகளை எப்படி நம்புவது? வெளிநாட்டு ஆய்வில் கட்டப்பட்ட வல்லார்பாடம் துறைமுகம் எவ்வாறு தோல்வியடைந்தது?

எ. பல்லாயிரம் கோடி ரூபாயைக் கடனாகப்பெறும் இந்திய தனியார் துறைமுகக் கட்டுமான நிறுவனங்கள் எத்தனை கோடிகளை கட்டுமான ஆய்வுகளுக்குச் செலவழிக்கின்றன? எத்தனை ஆய்வுகளுக்கு காப்புரிமை பெற்றிருக்கின்றன?

1

சென்னையில் 32 ஆலிவ் ரிட்லி ஆமைகள் கரையொதுங்கிய செய்தியை அடிப்படையாக வைத்து சென்னை உயர்நீதிமன்றம் தமிழக அரசிடம் விளக்கம் கேட்டு நோட்டீஸ் அனுப்பியது. தமிழக அரசு மிகத்துரிதமாக செயல்பட்டு, ஆமைகளின் இனப்பெருக்க காலகட்டமான ஜனவரி முதல் மார்ச் வரையிலான மூன்று மாதங்கள் கடற்கரையிலிருந்து 9 கிலோமீட்டர் தூரத்திற்கு மினவர்கள் மீன்பிடிக்கக்கூடாதென்று உத்தரவு பிறப்பித்தது. மீனவர்களின் வேண்டுகோளிற்கிணங்க பாரம்பரிய மீனவர்களுக்கு இந்தத் தடையிலிருந்து விலக்களித்து இயந்திர விசைப்படகுகளுக்கு மட்டும் இந்தத் தடையுத்தரவு என்று மாற்றப்பட்டிருக்கின்றது.

ஆமைகளின் நலன் காக்கப்படவேண்டுமென்பதில் மாற்றுக்கருத்தில்லை. இதைப்போன்ற தடையுத்தரவு ஒடிசாவில் அமலில் இருக்கிறது. அதே தடையுத்தரவை தமிழகத்திலும் பின்பற்றியிருக்கின்றார்கள். ஒடிசாவில் ஒவ்வொரு வருடமும் டிசம்பர் முதல் மார்ச் வரையிலான காலகட்டங்களில் பல்லாயிரக்கணக்கான ஆலிவ் ரிட்லி ஆமைகள் செத்துக் கரையொதுங்குகின்றன. இதற்கு இழுவைமடி விசைப்படகுகள்தான் காரணமென்று சொல்லப்படுகின்றது.

சென்னை நீலாங்கரை முதல் நேப்பியர் பாலத்திற்கு இடைப்பட்ட 14 கிலோமீட்டர் தூரக்கடற்கரையில் 251 ஆலிவ் ரிட்லி என்னும் சிற்றாமைகள் கடந்த 2015ஆம் வருடம் பிப்ரவரி மாதம் செத்து கரையொதுங்கின. இதுபோல் 2014இல் 185 சிற்றாமைகளும் 2012இல் 171 சிற்றாமைகளும் கரையொதுங்கின. 2015இல் 32 ஆமைகள். இவையனைத்திற்கும் காரணம் இழுவைமடி இயந்திரப்படகுகள் தான் என்று சொல்லப்படுகின்றது. இது இப்படியே தொடர்ந்தால் ஆலிவ் ரிட்லி ஆமைகள் முழுவதுமாக அழிந்துவிடும் என்பதால் இந்தத் தடையுத்தரவு பிறப்பிக்கப்பட்டிருக்கின்றது.

கன்னியாகுமரி மாவட்டத்தில் 17 கிராமங்களில் ஆலிவ் ரிட்லி ஆமைகள் இனப்பெருக்கம் செய்வதாக அரசின் குறிப்பு சொல்கின்றது. இதில் இனயம் துறைமுகம் சார்ந்த கோடிமுனை, கொட்டில்பாடு, மிடாலம், மேல்மிடாலம், இனயம், இனயம் சின்னத்துறை, இரவிபுத்தன்துறை, வள்ளவிளை, மார்த்தாண்டதுறை, மற்றும் நீரோடி கிராமங்களும் அடங்கும். வள்ளவிளை இடைப்பாடு பகுதியில் ஆமைகள் இனப்பெருக்கம் செய்ய கரையொதுங்கி முட்டையிட்டுச் செல்வதை பலரும் கண்டிருக்கின்றார்கள். வள்ளவிளை கிராமத்தில் நான் பார்த்திருக்கின்றேன்.

நான் சிறுவனாக இருந்தபோது, எழுபதுகளின் பிற்பகுதியில், கரைமடியில் அகப்பட்டு கடற்கரைக்குக் கொண்டுவரப்பட்ட ஒரு பெரிய ஆமையை அறுத்து அதன் இறைச்சியை அனைவரும் சமமாகப் பங்கிட்டு சமையலுக்கு எடுத்துச்சென்றார்கள். அதே காலகட்டத்தில், என்னுடைய அப்பா அவரது கட்டுமரத்தில் கொண்டுவந்த மிகச்சிறிய ஆமையை கடல்நீர் நிரம்பிய சருவத்தில் ஓடவிட்டு விளையாடியதும், அதை மீண்டும் கடலில் விட்டதும் இன்னும் நினைவிருக்கின்றது.

1977ஆம் வருடம் ஆமைகள் இந்திய வனவிலங்குப் பாதுகாப்புச் சட்டத்தில் சேர்க்கப்பட்டது. அதன் பிறகு ஆமைகளைப் பிடிப்பதும், இறைச்சிக்காகப் பயன்படுத்துவதும் இல்லை. ஆமைகளைப் பிடிப்பதும் கொல்வதும் சட்டவிரோதமென்பது மீனவர்களுக்குத் தெரியும். 2009ஆம் வருடம் மணக்குடி கிராமத்தில் 400 கிலோ எடையுள்ள ஆமை பிடிபட்டது. மீனவர்கள் அதனை மீண்டும் கடலுக்குள் அனுப்பிவைத்தார்கள். அரசாங்கத்தையும் தன்னார்வலர்களையும் விட மீனவர்களே ஆமைகளுக்கு பாதுகாப்பாக இருக்கிறார்கள்.

பங்குனி — சித்திரை மாதத்தில் கரைமடி வலையில் சொறிமீன்

என்னும் ஜெல்லிபிஷ் அதிகமாக அகப்படும். அந்த மீனிற்கு விலைமதிப்பில்லை. அந்த சொறிமீனுடன் சிறிய ஆமை அகப்பட்டதைக் கண்டிருக்கின்றேன். அதனை கடலில் தூக்கி எறிவார்கள். சொறிமீன் ஆமையின் உணவு. ஆமைமுட்டை பொரிந்து குஞ்சுகள் கடலில் செல்லும் காலகட்டத்தில் அதற்கு உணவான சொறிமீன் கடற்கரை நோக்கி வருவது இயற்கையின் விசித்திரம்.

கன்னியாகுமரி மாவட்டத்தின் 73 கிலோமீட்டர் கடற்கரையில் 70 கிலோமீட்டர் அரபிக்கடலிலும், 3 கிலோமீட்டர் வங்காள விரிகுடாவிலும் இருக்கிறது. கன்னியாகுமரி மாவட்டத்தில் ஒவ்வொரு வருடமும் 1000 ஆமைகள் பிடிக்கப்படுவதாக ஒரு ஆய்வு சொல்கின்றது. ஆமைமுட்டைகள் சட்டவிரோதமாக விற்கப்படுவதாகவும் அதே ஆய்வு சொல்கின்றது. இதற்குக் காரணம் தூத்தூர் மற்றும் குளச்சல் கோடிமுனை பகுதியை மையமாகக்கொண்டு 350 இழுவைமடிகள் இயக்கப்படுவதாக அதே ஆய்வு சொல்கின்றது. இது தவறானது. தூத்தூர் பகுதியில் இழுவைமடிகள் எதுவும் கிடையாது. ஆயிரத்திற்கும் அதிகமான பாரம்பரிய ஆழ்கடல் மீன்பிடி விசைப்படகுகள் உண்டு. அவையனைத்தும் கேரளாவை மையம்கொண்டு இயங்குகின்றன. நீரோடியிலிருந்து மிடாலம் ஊர்கள் வரை இழுவைமடிகள் எதுவுமில்லை என்பதே உண்மை.

2015ஆம் வருடம் டிசம்பர் மாதம் என்னுடைய ஊர் பங்குத்தந்தையை அவரது இல்லத்தில் சந்திக்கச் சென்றபோது எனக்கு பழக்கமான பல கரமடி உரிமையாளர்கள் ஒரு பிரச்சனை குறித்து விவாதித்துக் கொண்டிருந்தார்கள். என்னையும் அதில் கலந்துகொள்ளச் சொன்னார்கள். வள்ளவிளை கிராமத்தில் கரமடிகள் அதிகமுண்டு. வேறு ஊர்களிலுள்ள இழுவைமடிகள் கரையில் மீன்பிடிப்பதால், தங்களுடைய கரமடியில் மீன் கிடைப்பதில்லை என்ற முறைப்பாடு. இதில் ஞாயமிருக்கின்றது. காரணம், இழுவைமடிகள் 12 கிலோமீட்டர் தொலைவிற்குள் மீன்பிடிக்கக்கூடாதென்ற இன்னொரு சட்டமும் இருக்கிறது. தற்போதையது அந்த சட்டத்திருத்தம் என்று கூடச்சொல்லலாம். 12 கிலோமீட்டரை ஒன்பதாகக் குறைத்திருக்கின்றார்கள்.

தற்போது ஆமைகள் பிடிக்கப்படுவது மிகமிகக் குறைவு. சின்னமுட்டம் மீன்பிடித் துறைமுகப்பகுதியில் இழுவைமடிகளில் தவறுதலாக ஆமைகள் அகப்படுவதாக ஒரு ஆய்வு சொல்கின்றது.

2004ஆம் வருடம் ஏப்ரல் 10 தேதி, ஒரு பெண் ஆலிவ் ரிட்லி ஆமை தேங்காய்ப்பட்டணம் பொழிமுகத்தில் பிடிக்கப்பட்டதாகவும், அது 400 ரூபாய்க்கு விற்கப்பட்டதாகவும் ஒரு குறிப்பு சொல்கின்றது. தற்போது ஆமைகள் பிடிக்கப்படுவதும், தவறுதலாக இழுவைமடிகளிலும் அகப்படுவதும் மிகமிகக்குறைவு.

ஒடிசாவில் இழுவைமடிகளுக்கு 9 கிலோமீட்டர் தூர மீன்பிடித் தடையுத்தரவிற்கு முன்னர் TED (Turtle Excluder Device) என்னும் ஆமை வெளியேற்று சாதனம் இழுவைமடிகளில் பொருத்தி பரிசோதித்துப் பார்க்கப்பட்டது. இதில் ஆமைகள் வெளியேறுவதற்கான பெரிய ஓட்டைகள் இருக்கும். அதன் வழியாக மீன்களும் வெளியேறுவதாக மீன்வர்கள் எதிர்ப்புத் தெரிவித்தார்கள். ஆனால் இதனை ஆய்வு செய்த உலக வனவிலங்கு நிதியம் TED பயன்படுத்துவதால் மீன்கள் அதிகமாக வெளியேறாதென்றும், இழுவைமடிகளில் இதனைக் கண்டிப்பாகப் பொருத்தவேண்டுமென்றும் கூறியது.

தமிழகத்தில் ஏற்கெனவே மீன் இனப்பெருக்க காலகட்டமான ஜூன், ஜூலை மாதங்களில் 45 நாட்கள் மீன்பிடித் தடையுத்தரவு இருக்கிறது. தற்போது மூன்றுமாத கால தடையுத்தரவையும் சேர்த்து வருடத்திற்கு ஐந்து மாதங்கள் விசைப்படகுகள் மீன்பிடிக்க முடியாது. இதில் எந்தவிதமான தார்மீக நியாயமும் கிடையாது. காரணம், ஆமைகளுக்கு பாதிப்பு இழுவைமடிகள் என்று சொல்லப்படுகின்றது. வலைகளிலும், கரைமடியிலும் அகப்படும் ஆமைகள் இறந்து விடாது. அதை மீனவர்கள் கடலில் திரும்பவும் விட்டுவிடுவார்கள். அவர்களுக்குத் தேவை விழிப்புணர்வுதான். எனவே, பாரம்பரிய மீன்பிடி விசைப்படகுகளுக்கு இந்தத் தடையுத்தரவிலிருந்து விலக்களிக்கவேண்டும். இழுவைமடிகளுக்கு 12 கிலோமீட்டர் தடையுத்தரவு இருக்கிறது. அதுபோல், ஆமை வெளியேற்று சாதனங்களை இழுவைமடிகளில் பொருத்த உத்தரவிடலாம்.

2

மேலே குறிப்பிட்ட ஆமைகளின் சாவு எண்ணிக்கை சில நூறுகள்தான். ஆனால், ஆமைகளின் அழிவிற்கான காரணங்கள் வேறிடத்தில் இருக்கின்றன. இந்தியாவில் ஆமைகள் குறித்த ஆய்வுகள் மிக விரிவாக செய்யப்பட்டிருக்கின்றது. ஆமைகள் குறித்து செய்யப்பட்ட ஆய்வை ஒப்பிடும்போது, துறைமுகம் சார்ந்த உண்மையான ஆய்வுகள் எதுவும் செய்யப்படவில்லை என்றே

சொல்லலாம். ஆமைகளின் ஆய்வுகளில் பத்தில் ஒருபங்கு ஆய்வு துறைமுகக் கட்டுமானத்திற்கு செய்திருந்தால் கடற்கரைகளை காப்பாற்றியிருக்கலாம். துறைமுகமிருக்கும் பகுதிகளின் ஒருபக்கம் கடலரிப்பும் மறுபக்கம் மணலேற்றமும் அதிகமாக இருக்கின்றன. சமீபத்திய உதாரணம் எண்ணூர் துறைமுகம்.

இந்தியாவின் பொருளாதார வளர்ச்சிக்கு துறைமுகங்கள் முக்கியமானது என்பதில் மாற்றுக்கருத்தில்லை. ஆனால், புதிதாகக் கட்டப்படும் துறைமுகங்களினால் கடற்கரையில் வசிக்கும் மீனவர்களுக்கும், கடற்கரைக்கும், பவளப்பாறைகளுக்கும், மீன்வளத்திற்கும் எந்தவகையிலும் பாதிப்பில்லை என்பதை உறுதி செய்யவேண்டும்.

கடல் ஆய்வின் சிறு பிழையும்கூட கடற்கரையையும், மீனவர்களையும், கடல் வளத்தையும், கடல் சுற்றுச்சூழலையும் ஒட்டுமொத்தமாக அழித்துவிடும் வல்லமை கொண்டது. காரணம் துறைமுகம், கடல் தடுப்புச்சுவர்கள், மீனிறங்கு தளங்கள், கடலையொட்டிய அணுவுலைகள், அனல்மின் நிலையங்கள், தொழிற்சாலைகள் போன்ற கட்டுமானங்களுக்கு நமது கல்வி நிறுவனங்கள் செய்யும் கடல் ஆய்வுகளே ஆதாரமாகக் கொள்ளப்படுகின்றன.

தற்போது கடற்கரைகள் அழிந்துகொண்டிருப்பதை கண்கூடாக பார்க்கமுடிகின்றது. இதற்கு முக்கியக்காரணம் கட்டுமான வரைமுறையையும், சுற்றுச்சூழல் பாதிப்பையும் பொருட்படுத்தாமல் ஒரு சில தனியார் நிறுவனங்களின் வளர்ச்சிக்காக, நலனுக்காக ஆய்வுகள் திட்டமிட்டு வடிவமைக்கப்படுகின்றதென்ற சந்தேகமும் எழாமலில்லை. உண்மையான ஆய்வுகளை மேற்கொண்டிருந்தால் கேரளாவின் வல்லார்பாடம் துறைமுகம் தோல்வியடைவதற்கான வாய்ப்பில்லை.

இன்று நமது நாட்டில் வடிவமைக்கப்படும் துறைமுகங்களின் கட்டுமானத்திற்கு ஆதாரமான கணித மாதிரிகள் வெளிநாட்டுத் தனியார் நிறுவனங்களிடம் அவுட்சோர்சிங் செய்யப்படுகின்றன. வெளிநாட்டு நிறுவனங்கள் கணித மாதிரிக்காக நமது நாட்டு விண்வெளிக் கலங்களிலிருந்து பெறப்பட்ட கடல் குறித்த புள்ளி விவரங்களையும், நமது கல்வி நிறுவனங்களின் ஆய்களையுமே பயன்படுத்துகின்றன.

அவுட்சோர்சிங் முறையில் பெறப்பட்ட கணித மாதிரிகளை யார் கூராய்வு செய்வது? அதிலிருக்கும் தவறுகளுக்கு யார் பொறுப்பு?

வல்லார்பாடம் துறைமுக விரிவான செயலாக்க அறிக்கை டச்சு நிறுவனத்தால் தயாரிக்கப்பட்டது. அதுபோல் விழிஞ்சம் துறைமுகத்திற்கான அறிக்கைகள் ஸ்பெயின் நாட்டு நிறுவனத்தால் தயாரிக்கப்படுகின்றன. எனவே, துறைமுகக் கட்டுமானத்திலும், துறைமுகம் சார்ந்த ஆய்விலும் நமது கட்டுமான நிறுவனங்களும் கல்வி நிறுவனங்களும் தன்னிறைவு அடையவில்லை என்றே கருதவேண்டியிருக்கின்றது. இந்திய மக்களின் பல்லாயிரம் கோடி ரூபாய் வரிப்பணத்தில் கட்டப்படும் துறைமுகங்களின் ஆய்விற்காக லட்சம் கோடி ரூபாய் வரிப்பணத்தை கடனாகப்பெற்ற கட்டுமான நிறுவனங்கள் உயர் தொழில்நுட்ப ஆய்விற்காக எத்தனை கோடிகள் செலவிடுகின்றன? எத்தனை ஆராய்ச்சிகளுக்கு காப்புரிமை பெற்றிருக்கின்றன? என்னும் கேள்விகள் நம்மை வருத்தம்கொள்ளச் செய்கின்றன.

கேரளக் கடற்கரையிலும் ஆமைகள் அதிகம் இருக்கின்றன. தற்போது கட்டப்பட்டுக்கொண்டிருக்கும் விழிஞ்சம் துறைமுக சுற்றுச்சூழல் பாதிப்பு மதிப்பீட்டு அறிக்கையில் ஆமைகள் குறித்து எதுவுமில்லை. இனயம் துறைமுகம் விழிஞ்சம் துறைமுகத்திலிருந்து வெறும் 25 கிலோமீட்டர் தொலைவில் இருப்பதால் விழிஞ்சம் துறைமுகத்திற்குப் பயன்படுத்தியிருக்கும் ஆய்வுக்கட்டுரைகளையே இனயம் துறைமுகத்திற்கும் பயன்படுத்துவதற்கான வாய்புகளே அதிகம்.

3

ஆமைகள் குறித்த ஆய்வுகளை தனியார் தன்னார்வ நிறுவனங்களே செய்திருக்கின்றன. அவையனைத்தும் ஆமைகளின் அழிவிற்கான முக்கியக் காரணியாக துறைமுகம், கடற்கரையை ஒட்டிய கட்டுமானங்கள், கடற்கரையில் வளர்க்கப்படும் காற்றாடி மரங்கள், மணல் குவாரிகள், பருவநிலை மாற்றத்தினால் ஏற்படும் கடல் வெப்பநிலை உயர்வு போன்றவற்றைச் சொல்கின்றன.

இந்திய கடற்கரை நீர்ப்பரப்பிலும் தீவுப்பகுதிகளிலும் ஆலிவ் ரிட்லி என்னும் சிற்றாமை அல்லது பங்குனி ஆமை, அலுங்காமை, பெருந்தலை ஆமை, தோணி ஆமை என்னும் ஏழு வரி ஆமை, ஓங்கில் ஆமை அல்லது பச்சையாமை என்னும் ஐந்து வகை ஆமைகள் இருக்கின்றன. இவற்றில் பெருந்தலை ஆமையைத்தவிர மீதி நான்கு வகைகளும் இந்தியக் கடற்கரையில் முட்டையிட்டு குஞ்சுபொரிக்கின்றன. பல்லாயிரக்கணக்கான ஆமைகள்

முட்டையிட்டுக் குஞ்சு பொரிப்பதற்காக ஒவ்வொரு வருடமும் பல்லாயிரம் மைல் தூரம், புவிகாந்தப்புல தூண்டுதலுடன் (geo-magnetic stimuli) பயணம் செய்து ஒரு குழுவாக கடற்கரைக்கு வரும். இவ்வாறு பெருந்திரளான ஆமைகள் முட்டையிட்டுக் குஞ்சு பொரிப்பதற்கு அரிபாடா (arribada- பெருந்திரள் இனப்பெருக்கம்) என்று பெயர்.

உலகின் மிக முக்கியமான மூன்று மிகப்பெரிய ஆலிவ் ரிட்லி என்னும் சிற்றாமைகளின் அரிபாடாக்களில் ஒன்று ஒடிசா மாநிலத்தில் இருக்கிறது. மற்றவை பசிபிக் கோஸ்டா ரிகாவிலும் மெக்ஸிகோவிலும் இருக்கின்றன. ஒடிசாவில் ஒவ்வொரு வருடமும் அக்டோபர் மாதத்திலிருந்து மார்ச் மாதம் வரையிலான காலகட்டத்தில் பல லட்சம் ஆமைகள் முட்டையிட்டுக் குஞ்சு பொரிக்கின்றன. அதுபோல் பச்சை ஆமைகள் குஜராத் கடற்கரையில் அதிக அளவில் முட்டையிட்டுக் குஞ்சு பொரிக்கின்றன.

சிற்றாமைகள் அதிகபட்சம் இரண்டடி நீளமும் 50 கிலோ எடையுமிருக்கும். கடற்கரைக்கு வரும் ஆமைகள் பல நாட்கள் கடற்கரையில் இனப்பெருக்கத்தில் ஈடுபடும். சூல்கொண்ட பெண் ஆமைகள் கடற்கரைக்கு வந்து ஓரடி ஆழத்திற்கு குழிதோண்டி முட்டையிட்டு, குழியை மூடிவிட்டு கடலுக்குத் திரும்பிச்செல்லும். அவை மீண்டும் இனப்பெருக்கத்தில் ஈடுபடும். ஒரு பெண் ஆமை ஒரு சீசனில் மூன்று முறைவரை கரையில் வந்து முட்டையிடும். ஒரு பெண் ஆமை 110 இலிருந்து 180 முட்டைகளிடும். 14 முதல் 18 நிமிடங்களுக்குள் முட்டையிட்டுக்கொண்டு கடலுக்குத் திரும்பிவிடும்.

இவ்வாறு லட்சக்கணக்கில் ஒடிசா கரைக்கடலில் வந்த ஆமைகளை உள்ளூர் மற்றும் வெளிமாநில இழுவைமடி விசைப்படகுகள் ஆயிரக்கணக்கில் பிடித்தார்கள். ஆமைகள் மேற்கு வங்காளத்திற்கும் மத்திய பிரதேசத்திற்கும் ஏற்றுமதியாகியது. ஆமை முட்டைகளை கடற்கரையிலிருந்து பொறுக்கியெடுத்து ஒரு விசைப்படகின் கொள்ளளவிற்கு 15 ரூபாய் என்று வாரிச்சென்றார்கள். ஒரு விசைப்படகில் 35,000லிருந்து ஒரு லட்சம் முட்டைகள் இருக்கும். அந்த முட்டைகளை உலர்த்தி விளைநிலங்களுக்கு உரமாக பயன்படுத்தினார்கள். அதுபோல் வருடத்திற்கு 80,000 முதல் ஒரு லட்சம் ஆமைகள் வரை பிடிக்கப்பட்டது. அவ்வாறு, ஆமைகள் லட்சக்கணக்கில் உணவிற்காக ஒடிசாவில் அழிக்கப்பட்டது. வங்காளிகள் ஆமைகளை ஆழிப்பழம் (fruit of the sea) என்கிறார்கள்.

1972ஆம் ஆண்டு கொண்டுவரப்பட்ட வனவிலங்குப் பாதுகாப்புச் சட்டத்திற்குப் பிறகு இது வெகுவாகக் குறைந்தது.

முட்டையிலிருந்து வெளிவந்த ஆமைகள் கடலின் அடிவானத்தில் தென்படும் வெளிச்சத்தை நோக்கிச்செல்லும். துறைமுகம் மற்றும் கட்டிடங்களிலுள்ள வெளிச்சம் இவற்றை ஏமாற்றிவிடும். ஒடிசாவில், இவ்வாறு நிலப்பரப்பிலிருந்த வெளிச்சத்தை நோக்கிச்சென்ற பல குட்டி ஆமைகள் வாகனங்களில் அடிபட்டு இறந்தன. வெறும் இரண்டு அங்குல நீளமே இருக்கும் ஆமைக்குஞ்சுகள் கடலுக்குச் செல்லும்முன் நரி, நாய், நண்டுகளின் வாயிலிருந்தும் தப்பவேண்டும்.

ஆமைக்குஞ்சுகளின் பாலினத்தை அந்தப் பகுதி வெப்பநிலை தீர்மானிக்கின்றது. வெப்பநிலை அதிகமாக இருந்தால் குஞ்சுகள் பெண்ணாக இருப்பதற்கான வாய்ப்புகள் அதிகம். எனவே, கடற்கரையில் கட்டப்படும் அணுமின்/அனல்மின் நிலையங்கள் மற்றும் தொழிற்சாலைகளிலிருந்து வெளியாகி கடலில் கலக்கும் கொதிநீரினால் கடற்கரையின் வெப்பநிலை அதிகரிப்பதனால், ஆண் ஆமைகளின் உற்பத்தி குறைந்து ஆமைகளின் இனப்பெருக்கத்திற்கு சவாலாக இருக்கும்.

ஒடிசாவில் சிற்றாமைகளின் பெருந்திரள் இனப்பெருக்கம் காகிர்மாதா கடற்கரையில் நடைபெறுகின்றது. இந்தக் கடற்கரையிலிருந்து சிறிது தூரத்தில்தான் இந்திய ஏவுகணை மையமிருக்கும் வீலர் தீவு இருக்கிறது. ஏவுகணை மையத்திலிருந்து வெளிப்படும் வெளிச்சம் ஆமைகளின் இனப்பெருக்கத்திற்கு இடையூறாக இருக்குமென்று சுற்றுச்சூழலியல் ஆர்வலர்கள் இந்திய பாதுகாப்பு ஆராய்ச்சி மற்றும் மேம்பாட்டு அமைப்பின் (DRDO) அப்போதைய தலைவராக இருந்த முன்னாள் குடியரசுத்தலைவர் டாக்டர் அப்துல் கலாமிடம் கேட்டுக்கொண்டதற்கிணங்க, ஆமைகள் இனப்பெருக்க காலத்தில் அனைத்து விளக்குகளும் அணைக்கப்படும் என்று உறுதியளித்தார். தற்போது வீலர் தீவு அப்துல்கலாம் தீவு என்று பெயர் மாற்றப்பட்டுள்ளது.

காகிர்மாதா கடற்கரைக்குப் பக்கத்தில்தான் கிழக்கின் முந்த்ரா துறைமுகம் என்று அழைக்கப்படும் அதானியின் தமாரா துறைமுகம் இருக்கிறது. அதானி குழுமம் இந்தியாவில் மொத்தம் 10 துறைமுகங்களை நிர்வகிக்கின்றது. அனைத்திலும் தமாரா துறைமுகம் மிகப்பெரிய துறைமுகமாக மாற்றப்படுமென்று

லைவ்மிண்ட் இதழில் வெளியான ஒரு பேட்டியில் திரு. அதானி குறிப்பிட்டிருந்தார். தற்போது 14 தளங்கள் புதிதாகக் கட்டப்படுகின்றன. இந்தியாவின் "சாகர்மாலா" திட்டத்தை "அதானி சாகர்மாலா" என்றே அதே பேட்டியில் சொல்கின்றார்.

தமாரா துறைமுகத்தை முதலில் எல்&டி மற்றும் டாடா குழுமம் நிர்வகித்து வந்தது. அவர்களிடமிருந்து 5000 கோடிக்கு அதானி குழுமம் வாங்கி தற்போது அதை மிகப்பெரிய துறைமுகமாக மாற்றிக்கொண்டிருக்கின்றார்கள். தமாரா துறைமுகத்தின் கப்பல்கால்வாய் ஆமைகளின் வழித்தடத்தில் இருக்கிறது. காகிர்மாதா கடற்கரையை ஒட்டி நாசி—1 மற்றும் நாசி—2 தீவுகள் இருந்தன. இந்த நாசி தீவுகளிலும் ஆமைகள் ஆயிரக்கணக்கில் முட்டையிட்டுக் குஞ்சுபொரித்துக் கொண்டிருந்தன. தமாரா துறைமுகம் வந்த பிறகு, நாசி—1 தீவு முழுவதுமாக அழிந்துவிட்டது. இரண்டாவது தீவின் அகலம் பலமடங்கு சுருங்கிவிட்டது. சில வருடங்களில் நாசி—2 தீவும் முழுமையாக அழிந்துவிடும் என்று ஆய்வுகள் சொல்கின்றன.

துறைமுகப்பகுதியில் எண்ணெய்க் கழிவுகள் அதிகமாக இருக்கும். அதைவிட ஆபத்தானது கப்பல்களின் பாலஸ்ட் டாங்க் என்னும் கப்பலை நிலைப்படுத்தும் தொட்டியிலிருந்து வெளியேற்றப்படும் தண்ணீர். பாலஸ்ட் டாங்க் கப்பலின் அடிப்பகுதியில் இருக்கும். கப்பலின் எடைக்கு ஏற்ப இதில் தண்ணீரை உள்ளேற்றவோ, வெளியேற்றவோ முடியும். சரக்குக் கப்பலுக்கு ஒரு குறைந்தபட்ச எடை எப்போதும் இருக்கவேண்டும். அல்லது கப்பலின் புரொப்பல்லர் தண்ணீரிலிருந்து மேலெழும்பி நிற்கும். அதுபோல் புயல் காற்றோ அல்லது அலை அதிகமாக இருந்தாலோ பாலஸ்ட் டாங்கில் நீரை நிரப்பி கப்பலின் எடையை அதிகரிப்பார்கள். கப்பல் கடலில் பம்மிக்கிடக்கும். நீர்மூழ்கிக் கப்பலின் மிதக்கும்தன்மையை இதுதான் தீர்மானிக்கின்றது. சரக்குக் கப்பலிலிருந்து சரக்குகள் அனைத்தும் வெளியேற்றப்பட்டதும் கப்பலின் எடைகுறையும். எனவே, கப்பலின் பாலஸ்ட் டாங்கில் பல்லாயிரம் லிட்டர் தண்ணீரை ஏற்றுவார்கள். இந்தத் தண்ணீரை சரக்கு ஏற்றும் வேற்று நாட்டின் இன்னொரு துறைமுகத்தில், கப்பலில் ஏற்றப்படும் சரக்கின் எடைக்கு ஏற்ப வெளியேற்றுவார்கள்.

சுருக்கமாகச் சொன்னால், பல்லாயிரம் லிட்டர் தண்ணீர் ஒரு நாட்டிலிருந்து ஏற்றப்பட்டு இன்னொரு நாட்டின் துறைமுகத்தில் வெளியேற்றப்படும். அதனால் என்ன? கடலில் பெருங்காயம்

கரைத்தது போன்றதுதனே என்று நினைக்கலாம். தவறு. ஒரு துறைமுகத்திலிருந்து ஏற்றப்படும் தண்ணீரில் ஒரு குறிப்பிட்ட பாக்டீரியா, நுண்கிருமிகள், கடல் பாசிகள் இருக்கும். இவை இன்னொரு துறைமுகத்தில் வெளியேற்றப்படும்போது, அந்த பகுதியிலுள்ள நுண்ணுயிர்களையும், சுற்றுச்சூழலையும், மீன்களையும், ஆமைகளையும் பெருமளவில் பாதிக்கும். புதுவகை நோய்கள் பரவும் அபாயமும் இருக்கிறது.

நியூசிலாந்து, அமெரிக்கா போன்ற நாடுகளில் நிலைப்படுத்துநீர் மேலாண்மைச் சட்டங்கள் நடைமுறையில் இருக்கிறது. 1991ஆம் வருடம், பெரு நாட்டில் நிலைப்படுத்துநீர் காரணமாகப் பரவிய காலராவால் சுமார் 10,000 பேர் பலியானார்கள். நிலைப்படுத்துநீர் காரணமாக அமெரிக்கக் கடற்பகுதியில் ஊடுருவிய ஒருவகை சிப்பியால் கடல்சூழியல் பாதிக்கப்பட்டுள்ளது. இதனால், ஒவ்வொரு வருடமும் சுமார் 6 பில்லியன் டாலர் அளவிற்கு பொருளாதார இழப்பு ஏற்படுவதாகக் கணக்கிடப்பட்டுள்ளது.

பத்தொன்பதாம் நூற்றாண்டில் இந்தியாவில் நிகந்த பெரும்பஞ்சம் மற்றும் காலராவைப்போல் ஐரோப்பாவிலும் நிகழ்ந்தது. 1840ஆம் வருடம் அயர்லாந்தில் உருளைகிழங்கை ஒருவகை நோய் தாக்கி அழித்தது. இதன் காரணமாக சுமார் 10 லட்சம் மக்கள் பட்டினியால் செத்துமடிந்தார்கள். உருளைகிழங்கைத் தாக்கியழித்த அந்த நுண்கிருமி தென்னமெரிக்காவிலிருந்து அட்லாண்டிக் பெருங்கடல் வழியாக ஐரோப்பாவிற்குள் நுழைந்ததாக தற்போது கண்டறிந்திருக்கின்றார்கள். இந்தியாவின் வங்கப் பஞ்சத்திற்கும் காலராவிற்குமான காரணங்களில் ஒன்றாக, பிரிட்டிஷ்காரர்கள் அளவுக்கதிகமான தானியங்களை இந்தியாவிலிருந்து தங்கள் நாட்டிற்கு ஏற்றுமதி செய்தார்கள் என்பது இருப்பினும், இன்னும் விரிவாக ஆய்வுகள் செய்யப்படவில்லை. பிரிட்டிஷ்காரர்கள் போர்ச்சுக்கீசியர்கள் மீதும், இவர்கள் அவர்கள் மீதும் யார் காரணமென்று வரலாற்றுப் பக்கங்களில் மாறிமாறி கைச்சூண்டி நிற்கின்றார்கள்.

இதைப்போல் கப்பலின் எண்ணெய்க் கழிவுகளையும் பில்ஜ் பம்ப் வழியாக வெளியேற்றுவார்கள். எண்ணெய்க் கழிவுகள் காரணமாக ஏராளமான ஆமைகள் இறந்திருக்கின்றன. பாலஸ்ட் டாங்க் தண்ணீரை எங்கிருந்து உள்ளேற்றவேண்டும் அதுபோல் கடலின் எவ்வளவு தூரத்தில் வெளியேற்றமென்ற வரைமுறைகள் இருக்கின்றன. பல நாடுகளில் இது பின்பற்றப்படுகின்றது. ஆனால்,

இந்தியாவில் இதற்கான நிலைப்படுத்தும் நீர் மேலாண்மைச் சட்ட வரைமுறைகள் இதுவரை இல்லை.

2009 செப்டம்பர் மாதம் பிளாக் ரோஸ் என்னும் கப்பலிலிருந்தும் 2010 ஏப்ரல் மாதம் எம்வி மாளவிகா என்னும் கப்பலிருந்தும் பெருமளவில் எண்ணெய் வெளியேறி கடற்கரையில் ஒதுங்கியிருக்கின்றது. அதுபோல், ஒவ்வொரு வருடமும் கப்பல் செல்லும் வாய்க்காலை ஆழப்படுத்த கடலிலிருந்து மணலை தோண்டியெடுப்பதும் ஆமைகளின் அழிவிற்குக் காரணமாகச் சொல்லப்படுகின்றது.

ஆமைகள் தமாரா துறைமுகப்பகுதியில் தொடர்ந்து பல வருடங்கள் பல்லாயிரக்கணக்கில் செத்து கரையொதுங்குகின்றன. இதற்குக் காரணம் இழுவைமடிகள் என்று சொல்லப்பட்டு, அந்த பகுதியில் மீன்பிடிக்க தடைசெய்யப்பட்டிருக்கின்றது. ஆனால், தமாரா துறைமுகம் நாளுக்குநாள் விரிவடைந்துகொண்டிருக்கின்றது. தீவுகள் அழிந்துகொண்டிருக்கின்றன.

குஜராத்திலும் ஒடிசாவிலும் துறைமுகப்பகுதிகளில் ஆமைகள் இறக்கும் விகிதம் பலமடங்கு அதிகரித்திருக்கின்றது. ஆமைகள் முட்டையிட நீண்ட கடற்கரைகள் வேண்டும். ஆனால் இன்று மணல் குவாரிகளினாலும், கடற்கரை தடுப்புச்சுவர்களினாலும், தவறான முறையில் கட்டப்படும் துறைமுகம் மற்றும் அலைத்தடுப்புச் சுவர்களினாலும் கடற்கரைகள் அழிந்துகொண்டிருக்கின்றன. கடற்கரைகளில் ஆட்டுக்காலடம்பு செடிகளுக்கிடையில் ஆமைகள் முட்டையிடும் இடத்தைத் தேர்வு செய்யும். இனயம் பகுதியிலும், வள்ளவிளை இடப்பாடு பகுதியிலும் இந்தச் செடிகள் அதிக அளவு காணப்படுகின்றது. ஆனால், கடற்கரையின் நீளம் மிகவும் குறுகிவிட்டது.

கடல் சார்ந்த, குறிப்பாக துறைமுகம் சார்ந்த ஆய்வுகள் அனைத்தையும் மிகவும் ரகசியமாகவே அரசாங்கம் வைத்திருக்கின்றது. தகவல் பெறும் உரிமைச் சட்டத்தின் அடிப்படையில் பெறுவதிலும் சிக்கல்கள். இனயம் துறைமுகச் செயலாக்க அறிக்கைகூட ஒரு வருடத்திற்குப் பிறகே பொதுவெளியில் வெளியிடப்பட்டது.

இனயம் துறைமுகத்தின் ஆன்மா ஆஸ்திரேலியாவில் இருக்கிறது என்ற என் அனுமானத்தை "உலகின் சயரோகம்" என்னும் கட்டுரையில் எழுதியிருந்தேன். தற்போது அந்த அனுமானம் உறுதியாகியுள்ளது. இனயம் துறைமுகத்தில் முக்கியமாக நிலக்கரி இறக்குமதி செய்யப்படும். இந்த வருடம் அரசு — தனியார்

கூட்டுமுயற்சி (PPP) முறையில் டெண்டர் விடவிருக்கும் இனயம் துறைமுகத்தின் மூன்று சரக்கு மேடைகளில் ஒன்று நிலக்கரி இறக்குமதிக்கானது.

சில நூறு ஆமைகள் தற்செயலாக வலைகளில் அகப்பட்டு இறப்பதன் காரணமாக மீனவர்கள் கடலில் மீன்பிடிப்பதற்கு தடைவிதிக்க முடியுமென்றால், பல்லாயிரக்கணக்கான ஆமைகளின் அழிவுக்குக் காரணமாக இருக்கும் தமாரா துறைமுகம் போன்ற பெருந்துறைமுகமான இனயம் துறைமுகத்திற்கு அனுமதி கிடைத்தது எப்படி? முதலில் துறைமுகம் கட்டுமானம் குறித்த ஆய்வுகளையும், விரிவான திட்ட அறிக்கைகளையும் இந்திய மக்களின் வரிப்பணத்தில் இயங்கும் நமது கல்வி நிறுவனங்களும் ஆய்வு நிறுவனங்களும் செய்யட்டும். அதன்பிறகு இனயம் துறைமுகம் பற்றி பேசுவதே சிறந்தது. இரண்டு லட்சம் மக்களின் வாழ்வாதாரத்தைப் பாதிக்கும், வெட்ஜ் பேங்கையும், ஆலிவ் ரிட்லி ஆமைகளையும் அழிக்கும் இனயம் துறைமுகத்தைக் கைவிடுவதே சாலச்சிறந்தது.

குறிப்புகள்:

1. Shanker, Kartik (2015-09-01). From Soup to Superstar: The Story of Sea Turtle Conservation along the Indian Coast.(https://www.amazon.com/Soup-Superstar-Turtle-Conservation-Indian/dp/9351772322)
2. Marine turtles along the Indian Coast – http://www.wwfindia.org/?9460/marine-turtles-along-the-indian-coast
3. http://www.seeturtles.org/olive-ridley-turtles/
4. Some observations on exploitation of sea turtles on the Kanyakumari coast – S. Krishnapillai and S. David Kingston
5. http://www.thedailystar.net/news-detail-171896
6. http://www.livemint.com/Companies/0v3GPxrwuJA6gebfOMy7iN/We-aspire-to-be-world-leaders-with-our-integrated-pittoplu.html
7. http://environmentclearance.nic.in/writereaddata/Online/TOR/21_Oct_2016_1 31235573AIP1UCPRAnnexure-Briefsummaryofproject.pdf
8. http://environmentclearance.nic.in/writereaddata/Online/TOR/23_Oct_2016_2 1281785028TZJ19UAnnexure-Pre-feasibilityReport(PFR).pdf
9. https://en.wikipedia.org/wiki/Ballast_water_discharge_and_the_environment

11
சூதாட்டத் திட்டம்

இனயம் மற்றும் குளச்சல் துறைமுகங்கள் இரண்டும் வேறு வேறு. குளச்சலில் ஏற்கெனவே தமிழக அரசின் மீன்பிடித் துறைமுகம் இருக்கிறது. இனயத்தில் புதிதாக வரவிருப்பது மத்திய அரசின் பன்னாட்டு பெட்டக மாற்று முனையம். குளச்சல் துறைமுகத்திலிருந்து வரவிருக்கும் புதிய இனயம் துறைமுகம் 6 கிலோமீட்டர் வான்வெளி தொலைவில் இருக்கிறது. குளச்சல் துறைமுகத்திற்கும் இனயம் துறைமுகத்திற்கும் எந்தவித சம்பந்தமுமில்லை.

தற்போது மத்திய அரசின் வழிகாட்டுதலின்படி தூத்துக்குடி வ.உ.சி துறைமுகக் கழக தலைவர் இனயம் துறைமுகம் கட்டுவதற்கான முதற்படியாக சுற்றுச்சூழல் அனுமதிகேட்டு சுற்றுச்சூழல் மற்றும் வனத்துறை அமைச்சகத்திடம் விண்ணப்பித்திருக்கின்றார். ஆனால், அந்த விண்ணப்பத் துணை ஆவணங்களில் துறைமுக எல்லை வெறும் மூன்று கிலோமீட்டர் தொலைவிலிருக்கும் தேங்காய்ப்பட்டணம் வரை காட்டப்பட்டிருக்கின்றது. ஒருவேளை அந்த எல்லை குளச்சல் துறைமுகத்திற்கானதாகக்கூட இருக்கலாம். அந்த விண்ணப்பம் முழுக்க முழுக்க தவறுகளாலும் பொய்புரட்டுகளாலும் நிரம்பியிருக்கின்றது.

மீன்வர்களுக்கும் மீன்பிடித்தொழிலுக்கும் எந்த பாதிப்புமில்லை, மக்கள் அடர்த்தியாக வசிப்பது இனயத்திலிருந்து 30 கிலோமீட்டர் தொலைவிலிருக்கும் நாகர்கோயிலில். துறைமுகப் பகுதியில் ஏற்கெனவே சுற்றுச்சூழல் சீர்கேடு இல்லை. மீனினங்களோ, தாவரங்களோ அந்த கடல்பகுதியில் இல்லை என்பதுபோன்ற பல அபத்தமான தகவல்களைக் கொண்டிருக்கின்றது இந்த விண்ணப்பம்.

நாம் வங்கிகளிலிருந்து கடன் பெறும்போது, நமக்குத் தரப்படும் கடனின் அளவு நமது வருமானத்தையும், இதற்கு முன்பு நாம்

வங்கியிலிருந்து பெற்ற கடனையும், கடனை திருப்பிச்செலுத்தும் திறனையும் அடிப்படையாகக் கொண்டிருக்கும். ஆனால், கடன் அதிகமாக வேண்டுமென்பதற்காக இரண்டு வங்கிகளில் ஒரேநேரத்தில் இரண்டு கடன்களுக்கும் விண்ணப்பிப்பார்கள். ஒன்று நிராகரிக்கப்பட்டாலும் இன்னொன்று கிடைத்துவிடும். நமது நாட்டில் இரண்டு வங்கிக்கடன்களும் அனேகமாகக் கிடைத்துவிடும்.

அதேமுறையை இனயம் துறைமுகத்திலும் கையாண்டிருக்கின்றார்கள். விழிஞ்சம் துறைமுகத்தில் ஆர்வம் காட்டாமலிருந்த கேரள அரசை நிர்பந்திப்பதற்காக விழிஞ்சம் இல்லையென்றால் இந்தத் துறைமுகத்தை தமிழகத்திற்குக் கொண்டுசெல்வோம் என்று ஒரு பகடையாக இனயம் துறைமுகத் திட்டம் பேச்சளவில் சொல்லப்பட்டது. ஆனால், புதிய தேவைகளைக் கருத்தில்கொண்டு இனயம் துறைமுகத்தை தொடையப்பிமீன் போல் விடாப்பிடியாக மத்திய அரசு பிடித்திருக்கின்றது.

புதிய துறைமுகம் கட்டும்போது, அதற்குப் பக்கத்தில் அதைப்போன்ற துறைமுகம் இருக்கின்றதா என்று பார்க்கவேண்டும். பக்கத்திலிருக்கும் துறைமுகத்தினால் புதிய துறைமுகத்திற்கு என்ன பாதிப்பு, அல்லது என்ன நன்மை என்பதை ஆராயவேண்டும். இனயம் துறைமுகத்திற்கு பக்கத்தில் விழிஞ்சம் துறைமுகம் புதிதாக கட்டப்படுகின்றது. விழிஞ்சம் துறைமுகத்தைக் குறித்த எந்தத் தகவலும், சுற்றுச்சூழல் மற்றும் வனத்துறை அமைச்சகத்திடம் கொடுக்கப்பட்ட இனயம் துறைமுக விண்ணப்பித்தின் ஒரு பகுதியான செயலாக்கத்திட்ட அறிக்கையில் சொல்லப்படவேயில்லை.

விழிஞ்சம் துறைமுகம் 25 கிலோமீட்டர் வான்வெளி தொலைவில் இருக்கிறது. இனயம் துறைமுகத்தின் தேவைக்கான, துறைமுகத்தினால் கிடைக்கும் வருமானத்திற்கான அதே காரணங்கள்தான் விழிஞ்சம் துறைமுக செயலாக்கத்திட்ட அறிக்கையிலும் சொல்லப்பட்டிருக்கின்றது. அதுபோல், விழிஞ்சம் துறைமுக ஆவணங்களில் இனயம் குறித்து எதுவுமில்லை.

விழிஞ்சம் பன்னாட்டுத் துறைமுகத்தின் 15 வான்வெளி தூரத்திற்குள் ஒருசில தமிழக கடற்கரை கிராமங்களும் அடங்கியிருக்கின்றன. விழிஞ்சம் துறைமுகத்திற்கு உட்பட்ட புல்லுவிளையிலிருந்து தமிழகத்தின் மார்த்தான்டன்துறை 10 கிலோமீட்டரிலும், சின்னத்துறை 15 கிலோமீட்டர் தூரத்திற்குள்ளும்

இருக்கின்றன. விழிஞ்சம் துறைமுக ஆய்விலோ அல்லது வேறெந்த ஆவணங்களிலோ தமிழக கிராமங்களுக்கு ஏற்படும் பாதிப்பு பற்றிக் குறிப்பிடவில்லை. இந்தக் கிராமங்கள், ஆமைகள் முட்டையிடுவதாலும், மணற்குன்றுகள் இருப்பதாலும், கடலோர ஒழுங்குமுறை மண்டலம் முதல் நிலையில் (CRZ-1) இருக்கின்றன. கடற்கரைகளில் பெரிய கட்டுமானங்களுக்குத் தடையிருக்கின்றது.

விழிஞ்சம் துறைமுக எல்லைக்கு உட்பட்ட தமிழக மக்களிடம் கருத்துக்கேட்பு எதுவும் நடத்தப்படவில்லை. தமிழக அரசிடம் விழிஞ்சம் துறைமுகத்திற்காக அனுமதி பெறப்பட்டதா என்றும் தெரியவில்லை. ஆனாலும், விழிஞ்சம் துறைமுகக் கட்டுமானம் முழுவீச்சுடன் நடைபெற்றுக் கொண்டிருக்கின்றது. குறைந்தபட்சம் கேரள மீனவர்களுக்கு விழிஞ்சம் துறைமுகத்தினால் கிடைக்கும் அனுகூலங்கள் தமிழக மீனவர்களுக்கும் கிடைக்கவேண்டும். கேரள மீனவர்களுக்கு பழங்குடியினருக்கான சில சலுகைகளை கேரள அரசு அளிப்பதுபோல், தமிழக மீனவர்களுக்கும் அந்த சலுகையை அளிக்கவேண்டும். அதைவிட, தமிழக மீனவர்களை பழங்குடியினர் பட்டியலில் சேர்ப்பதற்கான அனைத்துத் தகுதிகளும் அவர்களுக்கு இருக்கிறது.

குறிப்புகள்:

1. http://environmentclearance.nic.in/auth/FORM_A_PDF.aspx?cat_id=IA/TN/MIS/59873/2016&pid=New

2. http://environmentclearance.nic.in/writereaddata/Online/TOR/23_Oct_2016_21281785028TZJ19UAnnexure-Pre-feasibilityReport%28PFR%29.pdf

12
பவளப்பாறை வறட்சி

வெப்பநிலை தொடர்ந்து அதிகரிப்பதன் காரணமாக கடந்த பல வருடங்களாக கடலில் coral bleaching என்னும் பவளப்பாறை வெளிறல் அல்லது பவளப்பாறை வறட்சி அதிகமாக இருக்கிறது. நிலத்தில் வறட்சி காரணமாக பயிர்கள் வாடுவதுபோல் கடலில் பவளப்பாறைகள் வறண்டு, ஆக்சிஜன் குறைவு காரணமாக அவை தன் பசுமையை இழந்து, மீன்கள் வசிக்கமுடியாத பகுதியாக மாறும். தற்போது இனயம் கடல் பகுதியிலும் பவளப்பாறை வறட்சி ஏற்பட்டிருக்கும் அதிர்ச்சியான செய்தி வெளியாகியிருக்கின்றது.

Zooxanthellae என்னும் மிகச்சிறிய கடல்வாழ் பாசிகள் பவளப்பாறையின் திசுக்களில் வசிக்கும். பவளப்பாறைகளுக்கு நிறத்தை அளிப்பது அவைதான். வெப்பநிலை உயர்வு, ஆக்சிஜன் குறைவு, கடல்மாசு போன்றவற்றால் பவளப்பாறைகளில் ஏற்படும் அழுத்தம் காரணமாக தன் திசுக்களில் வளரும் கடல்வாழ் பாசிகளை அவை வெளியேற்றிவிடும். அதன் காரணமாக பவளப்பாறைகள் தன் நிறத்தை இழந்து, அவற்றின் கால்சியம் கார்பனேட் என்னும் வெள்ளை எலும்புக்கூடு மட்டும் மிச்சமிருக்கும்.

கடந்த சில நாட்களுக்கு முன்னர் ஓமன் நாட்டு அரபிக்கடலில் மிகப்பெரிய பரப்பளவில் பச்சைநிறப் பாசித்திரள்கள் காணப்பட்டது. இவை வெப்பநிலை உயர்வால் ஏற்படுகின்றது. இந்தப் பாசிகள் சூரிய ஒளியை கடலினுள் செல்ல அனுமதிக்காது. இதுவும் பவளப்பாறை வறட்சிக்கு முக்கியக் காரணியாக இருக்கிறது. இதைப்போல், முட்டம் துறைமுகத்திற்குப் பக்கத்திலிருக்கும் கடயப்பட்டினம் கடல் சிவப்பு நிறத்தில் மாறுவதுண்டு. இது குறித்து இதுவரை எந்தவித ஆய்வும் நடத்தப்படவில்லை. கடந்த நூறு ஆண்டிற்கும் மேலாக இலங்கை மற்றும் வெளிநாட்டு கப்பல்களின் இழுவைமடியினால் பாதிப்புக்குள்ளாகியிருக்கும் வெட்ஜ் பேங்கில் பவளப்பாறை வறட்சி எந்தளவிற்கு பாதிப்பை ஏற்படுத்தியிருக்கின்றதென்பதும் ஆய்வு செய்யப்படவில்லை.

இனயம் கடற்பகுதி பவளப்பாறைகள் நிறைந்தது. இனயம் கடற்பகுதியை ஆய்வுசெய்த ‘கடல் உயிரிகளின் நண்பர்கள்’ (Friends of Marine Life) என்னும் தன்னார்வ அமைப்பு பவளப்பாறை வறட்சி ஏற்பட்டிருக்கும் அதிர்ச்சித் தகவலை வெளியிட்டிருக்கின்றது. அதைவிட இனயம் பகுதியிலிருக்கும் பவளப்பாறைகளில் Snowflake Coral என்னும் அன்னிய நுண்ணுயிரி காணப்படுவதாகவும், இது ஒட்டுமொத்த கடல் சூழலியலுக்கும் பேராபத்தை ஏற்படுத்துமென்றும் 'கடல் உயிரிகளின் நண்பர்கள்' அமைப்பின் ஒருங்கிணைப்பாளரும் எழுத்தாளருமான ராபர்ட் பனிப்பிள்ளை சொல்கின்றார்.

பவளப்பாறை வறட்சி ஆஸிதிரேலியாவின் 'கிரேட் பேரியர் ரீஃப்' பவளப்பாறை திட்டுகளில் தொடர்ந்து சிலவருடங்கள் ஏற்பட்டது. அதானி குழுமத்தின் கார்மைக்கேல் நிலக்கரிச் சுரங்கத்திலிருந்து தோண்டியெடுக்கப்படும் நிலக்கரியை ஏற்றுமதி செய்யும் அபாட் பாயிண்ட் துறைமுகம் 'கிரேட் பேரியர் ரீஃப்' பவளப்பாறைகளுக்கு வெகு அருகில் இருக்கிறது. கார்மைக்கேல் நிலக்கரிச் சுரங்கத்தினாலும், அபாட் பாயிண்ட் துறைமுகத்தினாலும் மீண்டும் பவளப்பாறை வறட்சி ஏற்படுமென்பதால் நிலக்கரிச் சுரங்கத்திற்கு எதிராக போராட்டங்கள் நடக்கின்றது.

இது ஒருபுறமிருக்க, புவிவெப்பமாதலை தடுப்பதற்காக, ஒவ்வொரு நாடும் தங்கள் கடல் பிராந்தியத்தில் பாதுகாக்கப்பட்ட கடல்பகுதியை அதிகரிப்பதில் முனைப்புக் காட்டுகின்றன. முன்னாள் அமெரிக்க அதிபர் ஒபாமா, அவரது பதவிக்காலம் முடிவதற்குச் சிலமாதங்களுக்கு முன்னர் ஹவாய் தீவை ஒட்டிய பாதுகாக்கப்பட்ட கடற்பரப்பை 15 லட்சம் சதுர கிலோமீட்டராக அதிகரித்தார். உலக வரலாற்றில் அதிக அளவு கடற்பரப்பை பாதுகாக்கப்பட்ட பகுதிக்குள் கொண்டுவந்தவர் அவர்தான். அன்டார்ட்டிகாவின் கடற்பரப்பை பாதுகாக்கப்பட்ட பகுதியாக மாற்றுவதற்கு பெரும் முயற்சியை மேற்கொண்டார். தற்போது அது உலகின் மிகப்பெரிய பாதுகாக்கப்பட்ட கடற்பரப்பாக இருக்கிறது. அதன் அளவு 15.5 லட்சம் சதுரம் கிலோமீட்டர்கள்.

அமெரிக்கா சிறிதும் பெரிதுமாக மொத்தம் 1,600 பகுதிகளை பாதுகாக்கப்பட்ட கடற்பரப்பாக அறிவித்திருக்கின்றது. அமெரிக்காவின் மொத்த பாதுகாக்கப்பட்ட கடற்பரப்பு நாற்பது லட்சம் சதுர கிலோமீட்டர்கள். அமெரிக்காவின் மொத்தக் கடல் பரப்பில் 32 சத—விகிதம் பாதுகாப்பட்ட கடற்பரப்பு.

மாலத்தீவிற்கு தெற்கிலிருக்கும் டீகோ கார்சியா தீவு தற்போது அனைவருக்கும் தெரிந்திருக்கும் தூத்தூர் சார்ந்த ஆழ்கடல் மீன்பிடிப்படகுகள் தவறுதலாக டீகோ கார்சியா கடல் எல்லைக்குள் சென்று அமெரிக்க

கடற்படையால் பலமுறை கைது செய்யப்பட்டு, பின்னர் மீனவர்கள் விடுவிக்கப்பட்டிருக்கிறார்கள். இலங்கையைப்போல் அவர்கள் நமது மீனவர்களை சுட்டுக்கொல்வதில்லை.

டீகோ கார்சியா, BIOT (British Indian Ocean Territory) எல்லைக்குள் இருக்கிறது. இந்தப் பகுதி இங்கிலாந்திற்குச் சொந்தமானது. இதில் அமெரிக்காவின் இராணுவத்தளம் இருக்கிறது. BIOT கடற்பகுதி பாதுகாக்கப்பட்ட பகுதி. மீன்பிடிக்கத் தடையிருக்கின்றது. இதன் மொத்தப் பரப்பளவு 6.4 லட்சம் சதுர கிலோமீட்டர்கள். ஆஸ்திரேலியாவின் கிரேட் பேரியர் ரீஃபும் பாதுகாக்கப்பட்ட கடல்பரப்புதான். அதன் பரப்பளவு 3.5 லட்சம் சதுர கிலோமீட்டர்கள்.

ஆனால், பாதுகாக்கப்பட்ட கடற்பரப்பாக இந்தியாவிடம் இருப்பது மொத்தம் 25 பகுதிகள். பாதுகாக்கப்பட்ட தீவுகள் 106. ஆக மொத்தம் துச்சமான 131 பகுதிகள். இவற்றின் மொத்த பரப்பளவு 9801 சதுர கிலோமீட்டர்கள் மட்டுமே. இது இந்தியாவின் பாதுகாக்கப்பட்ட நிலப்பரப்பில் 4 சதவிகிதம்.

நாளைய சந்ததிகளுக்காக கடல்வளத்தை வெளிநாடுகள் பாதுகாப்பதில் முனைப்புக் காட்டும்போது கடலின் முக்கியத்துவம் தெரியாமல் நாம் அதன் வளத்தை அழித்துக்கொண்டிருக்கின்றோம். இருப்பதையும் தனியார் முதலாளிகளுக்குத் தானமாகக் கொடுக்கின்றோம். கடலைக் காப்பாற்றுவோம். குறைந்தபட்சம் வெட்ஜ் பேங்கையாவது காப்பாற்றுவோம். இலங்கை மற்றும் வெளிநாட்டுக் கப்பல்கள் மீன்பிடிப்பதற்கான உரிமையை ரத்துசெய்வோம். வெட்ஜ் பேங்கை பாதுகாக்கப்பட்ட கடற்பரப்பாக அறிவித்துவிட்டு இந்திய பாரம்பரிய மீனவர்களுக்கு மீன்பிடிப்பதற்கான உரிமையைக் கொடுப்போம். வெட்ஜ் பேங்கின் பரப்பளவு சுமார் 8000 சதுர கிலோமீட்டர்கள்.

சில நாட்களுக்கு முன்பு இந்தோனேசியாவின் ராஜா அம்பாத் தீவின் பவளப்பாறையில் ஒரு கப்பல் மோதி 0.02 சதுர கிலோமீட்டர் அளவிற்கு சேதத்தை ஏற்படுத்தியது. சேத மதிப்பு 18 மில்லியன் டாலர்கள் என்று கணக்கிடப்பட்டுள்ளது. இதைச் சரிசெய்ய 50லிருந்து 100 வருடங்களாகலாம் என்று சொல்லப்படுகின்றது. வழக்கு நடந்துகொண்டிருக்கின்றது. குற்றம் உறுதி செய்யப்பட்டால் அந்த கப்பல் மாலுமிக்கு ஜெயில் தண்டனை உறுதி.

ஆனால், சென்னையில் நடந்த மிகப்பெரிய எண்ணெய்க்கப்பல் விபத்து என்னவானது? 200 டன் எண்ணெய் கடலில் கொட்டியது. எண்ணூரிலிருந்து பாண்டிச்சேரி வரை சுமார் 150 கிலோ மீட்டர்

தூரத்திற்கு கச்சா எண்ணெய் கரையொதுங்கியது. கச்சா எண்ணெயினால் கடல் வளத்திற்கும், கடல் சுற்றுச்சூழலுக்கும் ஏற்பட்ட சேதம் இன்னும் கணக்கிடப்படவில்லை. இரண்டரை மாதங்களுக்குப்பிறகும் முதற்கட்ட விசாரணையும் முடியவில்லை. ஒவ்வொரு நாடும் கடலையும், பவளப்பாறைகளையும் புதிதாகப் பிறந்த குழந்தையைப்போல் அதிக அக்கறையுடன் காப்பாற்ற முனைகின்றன. நன் நாட்டின் வெட்ஜ் பேங்கை ஆயிரக்கணக்கான கப்பல்களின் இழுவைமடிகள் அழித்துக்கொண்டிருக்கின்றன.

இனயம் துறைமுகம் வந்தால் கப்பல் கழிவுகளும், கப்பலின் நிலைப்படுத்தும் தொட்டியிலிருந்து வெளியேற்றப்படும் தண்ணீரும், கடலை ஆழப்படுத்துவதால் கடல் நீரோட்டத்துடன் அடித்துச் செல்லப்படும் மணலும் இனயம் பகுதியிலிருக்கும் பவளப்பாறைகளை அழித்துவிடும். பவளப்பாறை வறட்சி இன்னும் பலமடங்கு அதிகமாகும்.

இந்த பவளப்பாறைகளில் வசிக்கும் மீன்களை ஆதாரமாகக்கொண்டு பல்லாயிரக்கணக்கான பாரம்பரிய மீனவக் குடும்பங்கள் இருக்கின்றன. இந்தியாவில் இன்னமும் பாரம்பரிய முறையில் மீன்பிடிப்பது இனயம் சார்ந்த பகுதிகளில் மட்டுமே. குறிப்பாக நீரோடியிலிருந்து இனயம் வரையிலான பகுதிகள் இழுவைமடிகளைக் காணாத கன்னிக்கடல். பவளப்பாறை கடற்பகுதிகளை பாதுகாப்பது அரசின் கடமை.

குறிப்புகள்:

1. http://www.thehindu.com/news/national/kerala/coral-bleaching-reported-from-enayam/article17831148.ece
2. http://natureconservation.in/list-of-marine-protected-areas-in-india-updated/
3. http://www.cnn.com/2017/03/15/asia/raja-ampat-ship-coral-reef/
4. http://www.sciencealert.com/there-s-an-algae-bloom-the-size-of-mexico-in-the-arabian-sea-right-now-and-it-s-not-a-good-sign
5. http://www.nationalgeographic.com/magazine/2017/02/saving-our-seas-president-obama-oceans-conservation/
6. http://www.papahanaumokuakea.gov
7. http://www.newindianexpress.com/states/tamil-nadu/2017/apr/04/doubts-persist-over-cleared-oil-from-chennai-coast-1589623.html
8. http://news.nationalgeographic.com/2016/10/ross-sea-marine-protected-area-antarctica/
9. http://ocean.si.edu/slideshow/zooxanthellae-and-coral-bleaching

13
உள்ளடிவேலை

வழக்கம்போல், இந்த வருட ஆனியாடியும் தென்மேற்குக் கடற்கரையை விட்டுவைக்கவில்லை. கடல்சீற்றத்தினால் கடற்கரைகள் உருக்குலைந்து கிடக்கின்றன. கடலரிப்பைத் தடுப்பதற்காக போடப்பட்ட கற்களை கடலலைகள் மூடிவிட்டது. கற்கள் போடப்பட்ட தடயமில்லை. பலமுறை கட்டிமுடிக்கப்பட்டதாக அறிவிக்கப்பட்ட தேங்காய்ப்பட்டணம் துறைமுகத்தில் அலையடிக்கின்றது. தைமாசியில் அவசரகதியில் கட்டிமுடித்த துறைமுகங்கள் ஆனியாடி அலைக்கு எப்படித் தாக்குப்பிடிக்கும்?

வங்காள விரிகுடாவும், அரபிக்கடலும் வேறுவேறு என்பதும் துறைமுகம் கட்டுவதற்கு முன்பு நமக்குத் தெரிந்திருக்கவேண்டும். தொழில்நுட்ப வளர்ச்சியை கடற்கரையில் ஒரு குண்டூசியளவிற்கேனும் சோதித்துப்பார்த்துவிட்டு பெரும்திட்டங்களை செயல்படுத்துவது நல்லது. இனயம் துறைமுகத் திட்டத்தை நடைமுறைப்படுத்த என்னென்ன செய்யமுடியுமோ அத்தனை வழிகளிலும் முயற்சிகள் மேற்கொள்ளப்படுகின்றன.

விழிஞ்சம் பன்னாட்டுத் துறைமுகம் கட்டுவதற்கு ‘சுற்றுச்சூழல் மற்றும் வனத்துறை அமைச்சகம்’ கொடுத்த சுற்றுச்சூழல் அனுமதியை தடைசெய்ய வேண்டுமென்று சிலர் தேசிய பசுமைத் தீர்ப்பாயத்தில் வழக்கு தொடர்ந்தார்கள். அவர்கள் முக்கியமான காரணமாகச் சொன்னது, துறைமுகப்பகுதி இயற்கையாகவே மிக அழகான இடமாதலால் (outstanding natural beauty) அந்தப் பகுதி கடலோர ஒழுங்காற்று மண்டலம் முதல் நிலைக்கு (CRZ-1) உட்பட்டது. அதுபோல், வெட்ஜ் பேங்க் விழிஞ்சம் துறைமுகத்திற்கு மிக அருகில் இருப்பதால், துறைமுகக் கட்டுமானத்தினால் வெட்ஜ் பேங்கின் மீன்வளம் பாதிக்கும்.

தேசிய தீர்ப்பாயம் கடந்த செப்டம்பர் 2, 2016ஆம் நாள் வழக்கைத் தள்ளுபடி செய்து தீர்ப்பு வழங்கியது. 1991ஆம் வருடத்திய

கடலோர ஒழுங்காற்று மண்டலச் சட்டத்தில் இயற்கை அழகு பகுதிகள் ஒழுங்காற்று மண்டலம் முதல் நிலைக்கு உட்பட்டிருந்தது. ஆனால், 2011ஆம் ஆண்டு CRZ இல் செய்யப்பட்ட திருத்தத்தில் இயற்கை அழகு உட்பிரிவு அகற்றப்பட்டிருந்த காரணத்தினால் துறைமுகம் CRZ-1 கீழ் வராது.

இரண்டாவது, ஒவ்வொரு நாளும் நூற்றுக்கணக்கான கப்பல்கள் வெட்ஜ் பேங்க் வழியாகச் செல்கின்றன. அதில் வெறும் மூன்று கப்பல்கள் மட்டுமே விழிஞ்சம் துறைமுகத்திற்கு வரும். எனவே வெட்ஜ் பேங்கிற்கு சொல்லிக்கொள்ளும்படியான பாதிப்பில்லை. எனவே துறைமுகம் கட்டுவதில் எந்தத் தடையுமில்லை என்று தீர்ப்பு வழங்கப்பட்டது. இப்போது விழிஞ்சம் துறைமுகக் கட்டுமானம் மிகத்துரிதமாக நடந்துகொண்டிருக்கின்றது.

மேற்சொன்ன வழக்கு நிலுவையில் இருந்தபோது, விழிஞ்சம் துறைமுகத் திட்டத்தை துரிதப்படுத்துவதற்காக விழிஞ்சம் திட்டத்திற்கு காலதாமதம் ஏற்பட்டால் அந்தத் திட்டத்தை தமிழ்நாட்டிற்குக் கொண்டு செல்வோம் என்று மத்திய அரசு சொன்னது. விழிஞ்சம் வழக்கு அரசிற்குச் சாதகமாக முடிந்தபிறகும் மத்திய அரசு விடாமல் தமிழகத்தில் பன்னாட்டு பெட்டகத் துறைமுகம் என்னும் வடிவில் கொண்டுவர முழுமூச்சுடன் முயன்றுகொண்டிருக்கின்றது. ஆனால், இனயம் துறைமுகப் பகுதிகள் CRZ-1 கீழ் வருகின்றது. எனவே இங்கு பெரிய கட்டுமானங்களுக்கு அனுமதியில்லை. CRZ வரைமுறையை மாற்றியமைத்தால் மட்டுமே இனயம் துறைமுகம் சாத்தியம். கடந்த சில மாதங்களாக CRZ வரைமுறையை கடற்கரையோர கட்டுப்பாட்டு மண்டலம் (Marine Coastal Regulation Zone, MCRZ) என்னும் பெயரில் மறுபரிசீலனை செய்து, சுற்றுலாவை ஊக்கப்படுத்துதல் என்னும் பெயரில் தனியாருக்கு கடற்கரையை தாரைவார்க்கவிருக்கும் செய்தி வெளியாகியது.

மத்திய அரசு MCRZ திருத்தத்தை மிகவும் இரகசியமாகவே இதுவரை வைத்திருந்தது. தற்போது பொதுநல ஆர்வலர்கள் RTI உதவியுடன் அதை வெளிக்கொண்டு வந்திருக்கின்றார்கள். அதிலிருக்கும் CRZ முதல் நிலைக்கான முக்கியத் திருத்தங்கள்:

1. கடற்கரையில் கழிவுநீர் சுத்திகரிப்பு ஆலைகள், இணைப்புச் சாலைகளுக்கு அனுமதியுண்டு.
2. மத்திய அரசின் தேசிய நலனுக்கான பெரும் கட்டுமானத் திட்டங்களுக்கு அனுமதியுண்டு.

3. உள்ளூர் மக்களுக்கான அடிப்படை உள்கட்டமைப்பு வசதிகள் போன்றவற்றிற்கு அனுமதியுண்டு. [உள்ளூர்வாசிகளென்றால் மீனவர்கள் என்று குறிப்பிடப்படவில்லை. கட்டுமானப் பணிகளுக்கான வேலையாட்களாகக்கூட இருக்கலாம்]

4. தற்காலிக சுற்றுலா சார்ந்த நடைபாதைகள், கழிப்பறைகள், மழைக்காக தங்கும் வசதி, குடிநீர் வசதி ஆகியவற்றிற்கும் அனுமதியுண்டு.

ஆக மொத்தத்தில், இந்தத் திருத்தங்களுடன் இனயம் துறைமுகம் எந்தவித சட்டச்சிக்கலுமில்லாமல் நடைமுறைப்படுத்தப்படும் என்றே தோன்றுகின்றது. இதில் இன்னுமொரு நம்பிக்கை மிச்சமிருக்கின்றது. அந்தந்த மாநில அரசுகள் அனுமதியுடன்தான் இதைச் செயல்படுத்தமுடியும். இதில் வருத்தமான விஷயம் என்னவென்றால், இந்த வரைமுறை திருத்தத்திற்கு எதிர்ப்போ அல்லது ஏதேனும் ஆலோசனைகளைச் சொல்லவிரும்பினால் இன்னாரை தொடர்புகொள்ளவும் என்றிருக்கின்றது. இரகசியமாக இதுவரை வைத்திருந்த திருத்தத்திற்கு மறுப்போ ஆலோசனையோ சொல்வது யார்?

குறிப்புகள்:

1. National Green Tribunal Principal Bench, New Delhi, Original Application No: 74/2014, Wilfred J, Kochuthura & Maryadasan V, Chowara Vs Ministry of Environment and Forests & State of Kerala
2. http://cprindia.org/sites/default/files/Proposed%20MCRZ%202017%20.pdf

14
சிறைமீன்கள்

கடல் குறித்த உயர்கல்வி ஆய்வுகள் அனைத்தும் பாரம்பரிய மீனவர்களின் அனுபவ அறிவுடன் இயைந்து செல்லவேண்டும். பாரம்பரிய மீனவர்களின் அனுபவத்திலிருந்து விலகிச்செல்லும் எந்த ஆய்விலும் தவறிருக்கிறதென்று அனுமானிக்கலாம். குறைந்தபட்சம் அந்த ஆய்வில் பயன்படுத்தும் தகவல்களில் குறைபாடுகள் இருக்கவே வாய்ப்புகள் அதிகம். காரணம், கடல் குறித்தான பட்டறிவிற்கும் ஏட்டறிவிற்கும் பல்லாயிரம் வருட தூரமிருக்கின்றது.

இன்று 'உலகத்தரம் வாய்ந்த' என்னும் பெயரில் துறைமுகம் போன்ற கடல்சார்ந்த கட்டுமானங்களுக்கான ஆய்வுகள் வெளிநாட்டிலிருந்து இறக்குமதி செய்யப்படுகின்றது. அவையனைத்தும் அறிவியல் மற்றும் தொழில்துறை ஆராய்ச்சி கவுன்சில் போன்ற தன்னாட்சி அமைப்புகள் வழியாக கூராய்வு செய்யப்பட்ட பின்னர், அந்த ஆய்வுகளின் அடிப்படையில் கட்டுமானங்களுக்கான அனுமதியை வழங்கவேண்டும். காரணம் ஒரு சிறு கவனக்குறைவான பிழையும் கடற்கரையை அழித்துவிடும் வல்லமை கொண்டது.

இனயம் துறைமுகத்தின் விரிவான திட்ட அறிக்கை இன்னும் வெளிவந்தபாடில்லை. இனயத்தின் துணைத்துறைமுகம்போல் மிக அருகில் கட்டடப்பட்டுவரும் விழிஞ்சம் துறைமுகத்தின் விரிவான சுற்றுச்சூழல் பாதிப்பு அறிக்கையின் ஒரு பகுதியாக கணித[1] ஆய்வு அறிக்கையும் இருக்கிறது. இந்த அறிக்கையை மீனவர்களின் கண்ணோட்டத்துடன் பார்க்கும்போது இன்னும் விரிவான ஆய்வுகள் மேற்கொள்ளப்பட்டிருக்கவேண்டும் என்று தோன்றாமலில்லை.

விழிஞ்சம் துறைமுக கணிதமாதிரி வெளிநாட்டு நிறுவனங்களால் தயார் செய்யப்பட்டது. இதற்கு முன்பு, கொச்சி வல்லார்பாடத்தில் கட்டப்பட்ட துறைமுகத்தின் கணித மாதிரி வெளிநாட்டு நிறுவனத்தால் தயார் செய்யப்பட்டது. தற்போது இனயத்தில் வரவிருக்கும்

பன்னாட்டுப் பெட்டகத் துறைமுகத்திற்கான கணித மாதிரியும் வெளிநாட்டு நிறுவனத்தால் தயாரிக்கப்படுகின்றது. இதிலிருந்து ஒன்று புரிகிறது. நமக்கு நமது ஆய்வாளர்களின் மீதும், ஆய்வு நிறுவனங்களின் மீதும் நம்பிக்கையில்லை. அல்லது, கடல் சார்ந்த தொழில்நுட்பமும், ஆய்வுகளும் நமக்கு இன்னும் கைகூடவில்லை. இதில் வல்லார்பாடம் துறைமுகம் தோல்வியடைந்த திட்டம்.

வேறெந்தக் கடலையும் விட தென்மேற்குக் கடற்கரையில் அலை வேகம், அலை உயரம், கடலரிப்பு ஆகியவை பலமடங்கு அதிகம். வேறு இடங்களில் பயன்படுத்தப்படும் கணித மாதிரிகள் விழிஞ்சம் மற்றும் இனயத்தில் செல்லுபடியாகுமா என்று தெரியவில்லை. குறிப்பாக, விழிஞ்சம் மற்றும் இனயத்திற்கும் தனித்தனி ஆய்வுகள் செய்யப்படவேண்டும். குறைந்தபட்சம் கடந்த 50 வருடங்களுக்கான தரவுகள் நமக்கு வேண்டும்.

தேங்காய்ப்பட்டணம் துறைமுகம் கட்டிமுடிக்கப்பட்டதாக பலமுறை சொல்லப்பட்டது. ஆனால், ஒவ்வொரு வருடமும் தென் மேற்குப் பருவமழை காலகட்டமான ஆனியாடி சீசனில் துறைமுக அலைத்தடுப்பான்களை அலைகள் சுக்குநூறாக உடைக்கின்றன. துறைமுகத்தினுள் அலையடிக்கின்றது. துறைமுகம் அமைப்பதற்கு கணக்கில் கொள்ளப்பட்ட அலைவேகம் என்னவென்று யாருக்கும் தெரியாது. விழிஞ்சம் கணிதமாதிரியிலும் சொல்லப்படவில்லை.

தேங்காய்ப்பட்டணம் துறைமுகம் கட்டியபிறகு, துறைமுகத்திற்கு மேற்கிலிருக்கும் பூத்துறை, தூத்தூர், சின்னத்துறை, இரவிபுத்தன்துறை, வள்ளவிளை, மார்த்தாண்டன்துறை மற்றும் நீரோடி கிராமங்களில் கடலரிப்பு அதிகரித்தது. துறைமுகம் அமைந்திருக்கும் இறையும்மன்துறை கிராமம் மெலிந்து சிறுத்துவிட்டது. இன்னும் சிறிது வருடங்களில் அந்த கிராமம் இருந்த இடம் தெரியாமலாகும். கடலரிப்பை தடுப்பதற்காக முதலில் தூத்தூர் கிராமத்தில் கடலரிப்பு தடுப்பான் (groyne) கட்டப்பட்டது. அதன் காரணமாக தூத்தூரின் கிழக்குப்பக்கம் புதிய கடற்கரை உருவாகியது. ஆனால், மேற்குப்பக்கம் கடலரிப்பு அதிகரித்தது. சின்னத்துறை கிராமத்திற்கு பலத்த சேதம். இப்போது சின்னத்துறை மக்கள் கடலரிப்பு தடுப்பான் கட்டுவதற்காக கோரிக்கை வைத்திருக்கின்றார்கள். சின்னத்துறையில் தடுப்பான் கட்டினால், இரவிபுத்தன்துறைக்கு பாதிப்பு. இரவிபுத்தன்துறையில் கட்டினால் வள்ளவிளைக்கும், அதன்பிறகு மார்த்தாண்டன்துறை மற்றும் நீரோடிக்கும் பாதிப்பு.

இதற்கான காரணம், அடிப்படைக் கல்வி மற்றும் அனுபவக்குறைபாடு சார்ந்தது. தென்மேற்குக் கடற்கரையின் நீரோட்டம் அனேகமும் கிழக்கிலிருந்து மேற்காகச்செல்லும். எனவே நீரோட்டத்துடன் மணலும் கிழக்கிலிருந்து மேற்காக அடித்துச் செல்லப்படும். அதன் காரணமாக, தூத்தூரில் கட்டப்பட்ட தடுப்பானின் கிழக்குப்பக்கம் அடித்துவரப்பட்ட மணல் படிந்து புதிய கடற்கரை உருவாகியது. ஆனால், தடுப்பணை மணலை தடுத்ததன் காரணமாக மேற்கில் கடலரிப்பு ஏற்பட்டு, அந்த மணலை மேற்குப்பக்கம் கேரளாவிற்குக் கொண்டு சென்றது. இதற்கான தீர்வு, [2]முதலில் மேற்கு எல்லையில் தடுப்பணை கட்டவேண்டும். குறிப்பாக முதலில் நீரோடி கிராமத்தில் கட்டியிருந்தால் கிழக்கிலிருக்கும் எந்த கிராமத்திலும் அதன் காரணமாக கடலரிப்பு இருந்திருக்காது. மணலேற்றம்தான் இருந்திருக்கும். அதன் பிறகு மேற்கிலிருந்து கிழக்காக ஒவ்வொரு கிராமத்திலும் கடலரிப்புத் தடுப்பான்கள் கட்டியிருக்கவேண்டும்.

அதுபோல், நன்றாக வடிவமைக்கப்படாத கடலரிப்பு தடுப்பான்களினால் கடலரிப்பு இன்னும் அதிகமாகும். தூத்தூரில் கட்டப்பட்ட கடலரிப்பு தடுப்பணையை எந்தக் காரணிகளின் அடிப்படையில் வடிவமைத்தார்கள் என்று தெரியவில்லை. [3]தற்போது பூத்துறை கிராமத்தில் தூண்டில் வளைவு கட்டுவதற்காக தமிழக அரசு நிதி ஒதுக்கியுள்ளது. [4]ஆனால், கடலரிப்பினால் அதிக பாதிப்பிற்குள்ளாகியிருக்கும் இரவிபுத்தன்துறை, இடைப்பாடு, வள்ளவிளை ஊர்களில் எந்தவிதமான பாதுகாப்பு முயற்சிகளையும் மாநில அரசு மேற்கொள்ளவில்லை. பூத்துறை தூண்டில்வளைவு அமைக்கப்பட்டால் அதற்கு மேற்கிலிருக்கும் அனைத்து கிராமங்களுக்கும் பாதிப்பு பலமடங்காகும்.

விழிஞ்சம் துறைமுகம் அனைத்துப் பருவநிலைக்கும் ஏற்றதாக வடிவமைக்கப்பட்டுள்ளதாகச் சொல்லப்படுகின்றது. ஆனால், விழிஞ்சம் கணித மாதிரியில் உண்மையான அலை உயரமோ அழுத்தமோ கணக்கிடப்படவில்லை. ஆழ்கடலில் போடப்பட்டிருக்கும் மிதப்பான்களின் துணையுடன், ஆழ்கடலின் அலை உயரத்தைக்கொண்டு கடற்கரையில் அந்த குறிப்பிட்ட அலையின் உயரம் என்னவாக இருக்குமென்று கணித மென்பொருள் உதவியுடன் கணக்கிட்டிருக்கின்றார்கள். அது உண்மையாக இருக்கும்பட்சத்தில் கூட, அதிகபட்ச அலை உயரம் 4.5 மீட்டர்கள் என்று கணக்கிடப்பட்டுள்ளது. ஆனால் அதிகபட்சம் 5.65 மீட்டர்கள் என்று ஒரு ஆய்வு[5] சொல்கின்றது. [6]1980—1985 காலகட்டத்தில் திருவனந்தபுரம் கடற்கரையில் அதிகபட்சமாக அலை உயரம் 6

மீட்டர்கள் என்று இன்னொரு ஆய்வு சொல்கின்றது.

ஆனால், இனயம் சார்ந்த கடற்பகுதியில் 25 அடிகளுக்கும் அதிகமான அலைகள் சர்வ சாதாரணமாக வரும். 25 அடிகள் என்பது 7.62 மீட்டர்கள். இனயம் சார்ந்த கடற்கரையின் அலைவேகத்தையும், அலை உயரத்தையும், அழுத்தத்தையும் கணக்கிடுவதற்கு தென்மேற்குப் பருவமழை (ஆனியாடி) காலகட்டங்களே சிறந்தது. வள்ளவிளை, இரவிபுத்தன்துறை உட்பட பல கிராமங்கள் கடலரிப்பினால் பாதிக்கப்பட்டுள்ளன. வீடுகளை இழந்து பல குடும்பங்கள் தெருவில் நிற்கின்றன. அரசு சார்பில் கடல் ஆய்வு சார்ந்து ஏதேனும் களப்பணிகள் கடற்கரையில் மேற்கொள்ளப்பட்டதற்கான அறிகுறிகள் எதுவுமில்லை.

இனயம் பகுதி 2004ஆம் வருட சுனாமியால் பெருமளவில் பாதிப்படைந்தது. விழிஞ்சம் துறைமுக அறிக்கைகளில் தென்னிந்திய கடற்கரையைத் தாக்கிய சுனாமியின் அலைஉயரம், அலைவேகம் மற்றும் அதன் பாதிப்பு குறித்த எந்தத் தகவலும் இல்லை. இதுபோன்ற குறைபாடுகள் காரணமாகத்தான் தேங்காய்ப்பட்டணம் துறைமுகத்தினுள் அலையடிக்கின்றது. விழிஞ்சம் துறைமுகமும் இதற்கு விதிவிலக்காக இருக்க முடியாது. குறைந்த அலை உயர கணக்கீட்டுடன் கட்டப்படும் துறைமுகம் அனைத்துப் பருவ காலத்திற்கும் ஏற்றதாக இருக்குமா என்பது சந்தேகமே.

இனயம் சார்ந்த பகுதிகள் தீவிர கடலரிப்பு ஏற்படும் அபாயகரமான பகுதிகள். ஒவ்வொரு வருடமும் பலநூறு வீடுகள் கடலரிப்பில் சேதமாகின்றன. தென்மேற்குப் பருவமழை காலகட்டத்தில் இனயம் பகுதியின் நீரோட்டம் கிழக்கிலிருந்து மேற்காக இருக்கும். மேற்சொன்ன கடலரிப்பு தடுப்பான்போல், கிழக்கில் மிகப்பெரிய துறைமுகம் வரும்போது அனைத்து கிராமங்களும் கடலரிப்பில் மிகுந்த பாதிப்பிற்கு உள்ளாகும். விழிஞ்சம் துறைமுகத்தினால் மணலேற்றம் இருக்கும். ஆனால், விழிஞ்சம் துறைமுகத்தைவிட இனயம் துறைமுகம் மிகப்பெரியது. எனவே கடலரிப்பு முன்பைவிட மிகத்தீவிரமாக இருக்கும். [7]விழிஞ்சம் துறைமுகத்தின் கிழக்குப்பகுதிகளிலும் ஏற்கெனவே கடலரிப்பு மிக அதிக அளவில் இருக்கிறது. விழிஞ்சம் மற்றும் இனயம் துறைமுகங்கள் காரணமாக கடலரிப்பு மற்றும் மணலேற்றத்தினால் தூத்தூர் பகுதி கடற்கரையில் ஒரு பெரிய மாற்றத்தை எதிர்பார்க்கலாம்.

[8]விழிஞ்சம் கட்டுமானத்திற்குப் பிறகு பூந்துறை மற்றும் வலியதுறைப்

பகுதியில் கடல்சீற்றம் அதிகரித்துள்ளது. தூத்தூர் பகுதியில் பெரிய மீன்பிடித் துறைமுகம் இல்லாத காரணத்தினால், விசைப்படகுகள் அனைத்தும் கொச்சியை மையமாகக்கொண்டு மீன்பிடிக்கின்றன. பல விசைப்படகுகளின் பணியாளர்கள் வைப்பன் தீவுப்பகுதியில் வீடு வாடகைக்கு எடுத்துத் தங்கியிருக்கின்றார்கள். [9]வைப்பன் தீவு 1341ஆம் வருடம் ஏற்பட்ட வெள்ளப்பெருக்கத்தில் உருவானது. வைப்பன் தீவின் முக்கியமான கடற்கரைகளில் ஒன்று புதுவைப்பன். புதுவைப்பன் கடற்கரையில் எப்போதும் மணலேற்றம் இருக்கும். இதனால் கடற்கரை ஒவ்வொரு வருடமும் பெரிதாகிக்கொண்டிருந்தது. ஆனால், புதுவைப்பன் கடற்கரைப் பகுதியிலிருக்கும் துறைமுகம் மற்றும் எண்ணெய் நிறுவனக் கட்டுமானங்கள் காரணமாக கடந்த சிலவருடங்களாக கடலரிப்பும், கடல் நீரேற்றமும் அதிகமாக இருப்பதாகச் சொல்லப்படுகின்றது.

பருவநிலை மாற்றம் காரணமாக கடலின் வெப்பநிலை உயர்ந்து பனிப்பாறைகள் உருகி கடலின் நீர்மட்டம் உயர்கின்றது. 1990வரை[10] 1.1 மில்லிமீட்டர் அளவிற்கு உயர்ந்துகொண்டிருந்த கடல் நீர்மட்டம் 1992லிருந்து 2012வரை வருடத்திற்கு 3.1 மில்லிமீட்டர்களாக உயர்ந்துள்ளது. [11]ஆனால், தற்போது 3.4 மில்லிமீட்டர் அளவிற்கு கடல்நீர்மட்டம் உயர்வதாக நாசாவின் ஆய்வு சொல்கின்றது. [12]காலநிலை மாற்றத்திற்கான சர்வதேச அரசாங்கக் குழுவின் ஐந்தாவது அறிக்கை 2081 இலிருந்து 2100 வரை கடல்நீர்மட்டம் வருடத்திற்கு 8—16 மில்லிமீட்டர் அளவிற்கு உயருமென்று சொல்கின்றது. ஆனால், விழிஞ்சம் கணிதமாதிரியில் அதே காலகட்டத்தில் வெறும் 4 மில்லிமீட்டர் என்ற அளவு பயன்படுத்தப்பட்டுள்ளது. எனவே, 2012ஆம் வருடத்திற்கு முன்பு அப்போதைய கடல்நீர்மட்ட உயர்வு குறித்த ஆய்வுகளை அடிப்படையாகக்கொண்ட துறைமுகக் கட்டுமானங்களை கட்டாயமாக மறுபரிசீலனை செய்யவேண்டும்.

விழிஞ்சம் துறைமுக கணித மாதிரியில் கடலை ஆழப்படுத்துவதற்கான மணல் ஏற்ற இறக்கங்களின் ஆய்வுகள் இல்லை. 35 கிலோமீட்டர் வான்வெளி தூரத்திலிருக்கும் முதலப்பொழி துறைமுகத் தரவுகள் விழிஞ்சம் துறைமுகத்திற்கு ஒரு உத்தேச மாதிரியாகக் கொடுக்கப்பட்டுள்ளது. இதையே இனயம் துறைமுகத்திற்கு பயன்படுத்தவும் வாய்ப்புகள் உண்டு. இதைப்போன்ற தவறுகளால்தான் வல்லார்பாடம் துறைமுகத்தில் வண்டல்படிவு கட்டுப்படுத்தமுடியாததாக இருக்கிறது. 2013 ஆகஸ்டு மாதம் கத்தார் நாட்டிலிருந்து இயற்கை எரிவாயு கொண்டுவந்த எம். வி. வில் எனர்ஜி என்னும் கப்பல், வல்லார்பாடம் துறைமுகக் கால்வாயில் வண்டல்படிவு காரணமாக தரைதட்டி நின்றது.

ஒருவாரம் தொடர்ந்து துறைமுகக் கால்வாயை ஆழப்படுத்தியபிறகே துறைமுகத்தினுள் அந்தக் கப்பலை கொண்டுசெல்ல முடிந்தது.

[13,14,15]தீவிர கடலரிப்பு பிரதேசங்கள் கட்டுமானங்களுக்கு தடை செய்யப்பட்ட பகுதிகளென்றும் (no go area) அதில் எந்தவித கட்டுமானங்களையும் அனுமதிக்க முடியாதென்றும் இதற்கு முந்தைய காங்கிரஸ் அரசின் சூழலியல் மற்றும் வனத்துறை அமைச்சர் திரு. ஜெயராம் ரமேஷ் சொல்லியிருந்தார். ஆனால், அதை எந்தவிதத்திலும் பொருட்படுத்தாமல், தற்போதைய அரசு சுற்றுச்சூழலுக்கு பங்கம்விளைவிக்கும் பல புதிய கட்டுமானங்களை தடைசெய்யப்பட்ட பகுதிகளில் கட்டுவதற்கு அனுமதிப்பது வருத்தத்திற்குரியது. இனயம் துறைமுகப்பகுதி கிள்ளியூர் தாலுகாவின் கீழ் வருகின்றது. [16]கிள்ளியூர் தாலுகாவின் கடற்கரைகள் மிகவும் ஆபத்தான கடலரிப்புப் பகுதி என்று கண்டறியப்பட்டுள்ளது. அதைப்போல், [17,18]துறைமுகப்பகுதிகளில் கடலரிப்பு பெருமளவில் இருப்பதாக பல ஆய்வுகள் சொல்கின்றன. [19]எண்ணூர் துறைமுகம் காரணமாக கடற்கரையில் பெருமளவில் மாற்றம் ஏற்பட்டிருக்கின்றது. [20]எண்ணூர் துறைமுகத்தின் வடக்கில் கடலரிப்பும் தெற்கில் மணலேற்றமும் அதிக அளவில் இருக்கிறது. [21]விழிஞ்சம் துறைமுகத்திற்குப் பக்கத்திலிருக்கும் முதலப்பொழி துறைமுகத்தின் ஒருபக்கம் கடலரிப்பும் மறுபக்கம் மணலேற்றமும் இருக்கிறது.

[22]சென்னைத் துறைமுகம் உருவானதிலிருந்து வருடத்திற்கு 8 மீட்டர்கள் வடக்கில் கடலரிப்பு ஏற்பட்டு கடற்கரைகளை கடல்கொள்கின்றது. துறைமுகம் கட்டப்பட்டதிலிருந்து இதுவரை 1000 மீட்டர்கள் அளவிற்கு கடற்கரை சுருங்கிவிட்டது. 350 ஹெக்டேர் அளவிற்கு துறைமுகத்தின் வடக்கில் கடல்கொண்டிருக்கின்றது. தெற்கில் வருடத்திற்கு 40 கனமீட்டர் அளவிற்கு மணலேற்றம் இருக்கிறது. மொத்தத்தில் சென்னைத் துறைமுகம் காரணமாக உருவானதுதான் மெரினாவின் நீண்டு பரந்த கடற்கரை. [23]துறைமுகப் பகுதியில் தொடர்ந்து கடலை ஆழப்படுத்துவதாலும், அலைத்தடுப்புச்சுவர் கட்டுவதால் கடல் நீரோட்டத்திற்கு தடை ஏற்படுவதாலும் கடலரிப்பும் மணலேற்றமும் சென்னையைப்போல் ஆந்திராவின் விசாகப்பட்டினம் துறைமுகம், ஒடிசாவின் பாரதீப் துறைமுகம், கர்நாடகாவின் மங்கலாபுரம் துறைமுகம் போன்ற பல துறைமுகப் பகுதிகளில் பெருமளவு இருக்கிறது. எனவே விழிஞ்சமும் இனயமும் மட்டுமல்ல, புதிதாக திறந்தவெளிக் கடலில் கட்டப்படும் எந்தத் துறைமுகமும் கடலரிப்பிற்கு விதிவிலக்காக இருக்கமுடியாது.

[24]இந்தியாவின் மொத்தக் கடற்கரைகளில் 45.5% கடற்கரைகளில் கடலரிப்பும் 35.7% கடற்கரைகளில் மணலேற்றமும் 18.8% கடற்கரைகள் மட்டும் எந்தவித மாறுபாடுகளும் இல்லாமல் இருக்கிறது. இந்திய கடற்கரைகளில் தமிழகத்தில் அதிகபட்சமாக 62.3% கடற்கரைகள் கடலரிப்பிற்கு உள்ளாகின்றன. இதற்கான காரணங்களாகப் பருவநிலை மாற்றம், துறைமுகம் போன்ற கட்டுமானங்கள் என்று சொல்லப்பட்டுள்ளது. இனயம் துறைமுகம் வந்தால் கடலரிப்பு இன்னும் அதிகரிக்கும். [25]ஒடிசாவின் அனைத்துத் துறைமுகங்களின் வடக்கில் கடலரிப்பும் தெற்கில் மணலேற்றமும் இருக்கிறது. ஒட்டுமொத்தமாக துறைமுகத்தினால் கடற்கரைகளில் பெருமளவில் மாற்றம் ஏற்படுகின்றது. [26]ஒடிசாவின் நாசி—1 முற்றிலும் அழிந்ததுடன் நாசி—2 தீவு அழியும் நிலையிலும் இருக்கிறது. இந்திய ஏவுகணை சோதனை மையமான டாகடர் அப்துல் கலாம் தீவில் கடலரிப்பு அபாயகரமானதாக இருக்கிறது. இதற்குக் காரணம் துறைமுகக் கட்டுமானங்கள் என்று ஒடிசா அரசு அறிக்கை சொல்கின்றது. ஆனால், துறைமுகப் பொறியியல் துறையிடம் கடலை ஆழப்படுத்துதல் தொடர்பான குறிப்பிடத்தக்க எந்தவித தரவுகளும் இல்லையென்றும் விழிஞ்சம் கணித மாதிரி (பக்கம் 37) சொல்கின்றது. அதுமட்டுமல்ல விழிஞ்சம் துறைமுகத்தில் மேற்கொள்ளப்பட்ட கடலை ஆழப்படுத்துதல் தொடர்பான எந்தவிதத் தகவலும் ஆதாரப்பூர்வமாக சொல்லப்படவில்லையென்றும், தென்மேற்குப் பருவமழை காலகட்டத்திற்குப் பிறகு கடற்கரையில் மட்டும் வண்டல்படிவு அகற்றம் நடைபெற்றிருப்பதால் விழிஞ்சம் பன்னாட்டுத் துறைமுகத்தில் ஏற்படும் வண்டல் படிவு விகிதம் மிகக்குறைவு என்னும் முடிவுக்கு வரலாம் என்றும் சொல்வது பொறுப்பற்ற செயல். காரணம், [27]விழிஞ்சம் பகுதியில் ஒவ்வொரு வருடமும் 2.95 மில்லியன் சதுரமீட்டர் அளவிற்கு வண்டல் படிவு நீரோட்டத்துடன் தெற்கு நோக்கி அடித்துச்செல்வதாக ஆய்வு சொல்கின்றது. அதுமட்டுமல்ல, விழிஞ்சம் பன்னாட்டுத்துறைமுகம் அங்கிருக்கும் பழைய மீன்பிடித் துறைமுகத்தைவிட பலமடங்கு பெரியது என்பதையும் கவனத்தில் கொள்ளவேண்டும். அதுபோல், துறைமுக அலைதடுப்புச்சுவர் கடலுக்குள் கட்டப்பட்டால், கடற்கரையில் படியக்கூடிய வண்டல் துறைமுக அலைதடுப்புச்சுவர் பகுதியில் படியுமென்பது சிற்றறிவிற்கும் விளங்கும். இனயம் துறைமுகத்தினால் ஏற்படவிருக்கும் அலையேற்றம், கடலரிப்பு மற்றும் மணலேற்றத்தினால் இனயத்தின் இரண்டு பக்கங்களில் அமைந்திருக்கும் முட்டம், குளச்சல் மற்றும் தேங்காய்ப்பட்டணம் மீன்பிடித் துறைமுகங்களுக்கு எந்தவிதமான பாதிப்புகளை உருவாக்குமென்பது குறித்து இதுவரை ஆராயப்படவில்லை.

[28]தற்போது, ஆகஸ்டு 20, 2017 நிலவரப்படி, விழிஞ்சம் பன்னாட்டு துறைமுக கட்டுமானம் காரணமாக, விழிஞ்சம் மீன்பிடித் துறைமுகத்தின் அலைதடுப்புச் சுவர்களை அலைகள் உடைத்திருக்கின்றது. விழிஞ்சம் மீன்பிடி துறைமுக வரலாற்றில் இவ்வாறு நடப்பது இதுவே முதல்முறை.

அதுபோல், கடலை ஆழப்படுத்துவதற்கான மணல் படிவை கணக்கிடும்போது நிகர மண்படிவை (net drift) கணக்கிடாமல் ஒட்டுமொத்த மண்படிவை (gross drift) கணக்கிடவேண்டும். காரணம், தென்மேற்குப் பருவமழை காலகட்டத்தில் மூன்று நான்கு மாதங்கள் கிழக்கிலிருந்து மேற்காக வரும் மணல் துறைமுக வாயிலில் படியும். அந்த மணலைத் தொடர்ந்து வாரியெடுத்து கடலை ஆழப்படுத்தவேண்டும். இதைப்போல வடகிழக்குப் பருவமழை காலத்தில் மேற்கிலிருந்து தெற்காக வந்து துறைமுக வாயிலில் படியும் மணலையும் வாரியெடுக்கவேண்டும். மொத்தத்தில் வருடம் முழுவதும் கடலை ஆழப்படுத்திக்கொண்டே இருக்கவேண்டும். அல்லாதுபட்சத்தில் எம். வி.வில் எனர்ஜி கப்பலுக்கு வல்லார்பாடத்தில் நடந்த கதிதான் விழிஞ்சத்திலும் இனயத்திலும் நடக்கும்.

விழிஞ்சம் துறைமுகத்தில் நிகர மண்படிவை கணக்கிடுகின்றார்களா அல்லது ஒட்டுமொத்த மண்படிவை கணக்கிடுகின்றார்களா என்று தெளிவாகச் சொல்லவில்லை. ஒட்டுமொத்த மண்படிவிற்கு பதிலாக நிகர மண்படிவைக் கணக்கிட்டால் கனிம மண்படிவின் பாதியளவிற்கு கணக்கில்வர வாய்ப்பில்லை. இது கனிம மணல் கொள்ளையை இன்னும் தீவிரப்படுத்தும். [29]2002 முதல் 2012 வரையிலான பத்து வருட காலகட்டத்தில் தமிழகக் கடற்கரைகளில் நடந்த 60 லட்சம் கோடி ரூபாய் அளவிற்கான கனிம மணல் ஊழல் நடந்ததாகச் சொல்லப்படுகின்றது.

இனயம் சார்ந்த கடற்கரை பகுதிகளில் புற்றுநோய் பெரும் பிரச்சனையாக இருக்கிறது. ஒவ்வொரு ஊரிலும் புற்றுநோய் காரணமாக இளம்வயது மரணங்கள் சர்வசாதாரணமாக நிகழ்கின்றது. இதற்கான காரணம் கனிம மணலிலிருந்து வெளியாகும் கதிர்வீச்சு என்று சொல்லப்படுகின்றது. [30]குறும்பனையிலிருந்து இனயம் வரையிலும், பூத்துறையிலிருந்து நீரோடி வரையிலும் கனிம மணல் படிவுப்பகுதியாக தமிழ்நாடு சுற்றுச்சூழல் துறையின் கடற்கரை மண்டல மேலாண்மை வரைபடத்தில் குறிப்பிடப்பட்டுள்ளது. [31]கடந்த 2013ஆம் ஆண்டு வெளியான ஓர் ஆய்வுக்கட்டுரையில் இனயம் பகுதிகளின் கதிர்வீச்சு குறித்து சில புள்ளிவிவரங்கள்

காணக்கிடைக்கின்றன. இந்தியாவின் சராசரி வருடாந்திர காமா கதிர்வீச்சு அளவு 0.28 மில்லி சீவெர்ட்டிலிருந்து 1.06 மில்லி சீவெர்டுகள். ஆனால் இனயம் சார்ந்த பகுதியில் குறைந்தபட்சம் நீரோடியில் 4.47 மில்லி சீவெர்ட்டுகள் அதிகபட்சமாக மிடாலத்தில் 8.38 மில்லி சீவெர்ட்டுகள் என்று அந்த ஆய்வு சொல்கின்றது. இனயம் உட்பட, தமிழகத்தின் தென்மேற்குக் கடற்கரையில் அதிகமாக இருப்பது மோனசைட் கனிமம். இதில்தான் தோரியம் மற்றும் யுரேனியம் தனிமங்கள் இருக்கின்றன. [32]சுனாமிக்குப்பிறகு தமிழகக் கடற்கரைகளில் கதிர்வீச்சுத்தனிமமான தோரியம் இந்தியாவின் வேறு மாநிலங்களைவிட குறைவாக இருப்பதாக ஓர் ஆய்வு சொல்கின்றது. அந்த ஆய்வு அதிராம்பட்டினத்திற்கும் கன்னியாகுமரியின் வாவதுறை கடற்கரைக்கும் இடைப்பட்ட பகுதியில் மேற்கொள்ளப்பட்டிருக்கின்றது. தென்மேற்குக் கடற்கரையை இந்த ஆய்வில் உட்படுத்தவில்லை. [33]தமிழகத்தில் 24.6லட்சம் டன் மோனசைட் இருப்பதாக அரசுக் குறிப்பு சொல்கின்றது.

எனவே, இதுபோன்ற ஆய்வுகளில் நம்பிக்கை வரவேண்டுமென்றால் இந்திய அரிய மணல் ஆலையுடன் (Indian Rare Earths Ltd) தொடர்பில்லாத தன்னிச்சையான கல்வி நிறுவனங்கள் விரிவான நேர்மையான ஆய்வுகளை மேற்கொள்வது அவசியமானது. காரணம், [34]கேரளக் கடற்கரையில் கனிம மணல் வருடத்திற்கு 35 மில்லி சீவெர்ட்டுகள் அளவிற்கு கதிர்வீச்சை ஏற்படுத்துகின்றது என்று சொல்லப்படுகின்றது. [35]கொல்லம் சாவறா கடற்கரையில் கனிம மணலை வெட்டியெடுப்பதாலும், அவற்றிலிருந்து உயர் கதிர்வீச்சு தனிமங்களைப் பிரித்தெடுப்பதன் காரணமாகவும் சுற்றுச்சூழல் சீர்கேடும் அதிக அளவில் கதிர்வீச்சும் இருக்கிறது. ஆஸ்துமா, தோல் சம்பந்தமான நோய்கள், புற்றுநோய் போன்றவற்றால் பொதுமக்கள் அதிக அளவில் பாதிக்கப்பட்டுள்ளார்கள். ஆனால், இனயத்திற்குப் பக்கத்திலிருக்கும் மணவாளக்குறிச்சியில் கனிம மணலை வெட்டியெடுக்கும் வேலையில் பொதுமக்கள் ஈடுபடுத்தப்படுகின்றனர் என்பது மிகுந்த வருத்தத்திற்குரியது.

[36]இந்திய அணுசக்திக் கட்டுப்பாட்டு வாரியத்தின் பாதுகாப்பு வழிகாட்டுதலின்படி பொதுமக்களின் வருடாந்திர கதிர்வீச்சு அளவு 1 மில்லி சீவெர்ட்டாக இருக்கவேண்டும். இனயம் கடற்கரையில் நான்கிலிருந்து எட்டு மடங்கு அதிகமாக இருக்கிறது. புற்றுநோயை துவக்க நிலையில் கண்டறிவதற்கான சிறந்த ஆய்வகங்களோ புற்றுநோய்க்கான ஒரு சிறந்த மருத்துவமனைகூட கன்னியாகுமரி மாவட்டத்தில் இதுவரை கிடையாது. இனயம் துறைமுகத்தினால்

கதிர்வீச்சு இன்னும் அதிகரிப்பதற்கான வாய்ப்புகள் இருக்கிறது.

[37]துறைமுகங்களினால் கடலில் சூழலியல் சீர்கேடு ஏற்படுவதைப்போல், கடற்கரையிலும் ஏற்படுகின்றது. சென்னை எண்ணூர் துறைமுகப்பகுதிகளில் நிலத்தடிநீர் எந்தளவிற்கு பாதிக்கப்பட்டுள்ளது என்று ஆராய்ச்சி மேற்கொள்ளப்பட்டது. அதில் துறைமுகப்பகுதியின் உள்கட்டுமான வசதிகள் போதுமானதாக இல்லையென்றும், கழிவுநீக்கமும், வடிகால்வசதியும் மிக மோசமாக இருப்பதாகவும் சொல்லப்பட்டிருக்கின்றது. எண்ணூர் துறைமுகப் பகுதியின் நிலத்தடிநீரை தமிழ்நாடு மாசுக்கட்டுப்பாட்டு வாரியம் சோதித்தபோது அந்த நீரில் அம்மோனியா, நைட்ரேட், நிலக்கரி கழிவுகளிலிருந்து உருவாகும் பீனல் போன்ற ரசாயனமும், காட்மியம் மற்றும் மெர்க்குரியும் அளவுக்கதிகமாக இருந்திருக்கின்றது. இதுபோன்ற விஷத்தன்மைகொண்ட ரசாயனங்கள் மனிதர்களுக்கு மிகப்பெரிய அளவில் சுகாதாரச்சீர்கேட்டை ஏற்படுத்துமென்பதில் ஐயமில்லை.

கடல் சார்ந்த கட்டுமானத்தின் சிறுபிழையும் கடலரிப்பை தீவிரப்படுத்தும். கட்டுமானப்பிழை மட்டுமல்ல, விபத்தினால் கடலில் மூழ்கி மீட்கப்படாத கப்பலும் கடலரிப்பிற்குக் காரணமாக இருக்கிறது. [38]2000ஆம் வருடம் ஜூன் 6ஆம் நாள் கோவா கண்டோலிம் பகுதியில் நங்கூரமிடப்பட்டிருந்த எம்.வி ரிவர் பிரின்சஸ் என்னும் கப்பல் புயல் காரணமாக கரைக்கு அடித்துச் செல்லப்பட்டு கரையிலிருந்து சுமார் 200 மீட்டர் தூரத்தில் கவிழ்ந்தது. சேதமடைந்த கப்பல் கடற்கரையில் சுமார் 12 வருடங்கள் அகற்றப்படாமல் கிடந்தது. அதன் காரணமாக சுமார் ஒரு லட்சம் சதுர மீட்டர்கள் அளவிற்கு கடலரிப்பு ஏற்பட்டது.

இதைப்போல, [39]கடந்த 2011ஆம் வருடம் மார்ச் மாதம் இரும்புத்தாது ஏற்றிவந்த பனாமா நாட்டுக்கப்பல் கடியபட்டினம் கடற்பகுதியில் பாறையில் மோதி கவிழ்ந்தது. அந்தக் கப்பல் இன்னும் மீட்கப்படவில்லை. அதில் சுமார் 25,000 டன் இரும்புத்தாது இருந்ததாகச் சொல்லப்பட்டது. இதனால் கடற்கரைக்கும், கடல் சுற்றுச்சூழலுக்கும் ஏற்பட்ட பாதிப்புகள் இன்னும் ஆராயப்படவில்லை. இரும்புத்தாது காரணமாக கடியப்பட்டினம் கடற்பகுதி சிவப்பு நிறத்தில் பலமுறை மாறியிருக்கின்றது. இனயம் துறைமுகம் வந்த பிறகு கப்பல் விபத்துகள் நடப்பதற்கு அதிகப்படியான வாய்ப்புகள் உண்டு. அந்தக் கப்பல்களும் மீட்கப்படுமா என்பதும் சந்தேகமே.

எண்ணூர் துறைமுகத்தில் நடந்த எண்ணெய் விபத்தைவிட மிகச்சிறிய அளவிலான எண்ணெய்க் கசிவு இனயம் துறைமுகப்பகுதியில் ஏற்பட்டாலும், அந்த கழிவுகள் தூத்தூர் கடற்கரைக்கே வந்து சேரும். தூத்தூர், வள்ளவிளை பகுதி ஊர்கள் பாரம்பரிய மீன்பிடி முறையை மையமாகக்கொண்டவை. வலைகள், தூண்டில், கரமடி, தட்டுமடி போன்றவை கடற்கரையை மையமாகக்கொண்டு செயல்படுபவை. சிறு எண்ணெய்க்கசிவு ஏற்பட்டாலும் எந்தவித மீன்பிடித்தொழிலும் செய்யமுடியாமலாகும். மீனிற்கும் விலையிருக்காது. மீனில் எண்ணெய் நாற்றமிருக்கும். இதன் காரணமாக பாரம்பரியத் தொழில்கள் அழியும். இது பாரம்பரிய மீன்பிடி முறையை வாழ்வாதார அடிப்படையாகக்கொண்ட கிராமங்களுக்கு நல்லதல்ல. ஒரு பக்கம் பாரம்பரிய மீன்பிடி முறைக்கு மாறவேண்டுமென்ற பிரச்சாரமும் மறுபக்கம் அதை முற்றாக அழித்தொழிக்க நினைப்பதும் முரண்பாடானது.

ஒட்டுமொத்தமாகப் பார்த்தால் இனயம் துறைமுகத்தினால் ஏற்படும் நன்மையை விட தீமையே பலமடங்கு அதிகம். இனயம் துறைமுகத்திற்கான உண்மையான ஆய்வுகளை மேற்கொள்ளவேண்டும். அல்லது இந்தியக் கல்வி நிறுவனங்களால் கடந்த 50 வருடங்களில் இனயம் கடற்பகுதியில் மேற்கொள்ளப்பட்ட ஆய்வுகளையும் தரவுகளையும் பயன்படுத்த வேண்டும். இந்தியக் கல்வி நிறுவனங்களின் ஆய்வுகளும் தரவுகளும் இல்லாதபட்சத்தில், இந்தியா கடல் சார்ந்த கட்டுமானத்தில் தன்னிறைவு அடையும்வரை, கணித மாதிரிகளை நாமே தயாரிக்கும் வரை, புதிய கட்டுமானங்களுக்கும் துறைமுகங்களுக்கும் அனுமதி அளிக்கக்கூடாது. அவ்வாறு அனுமதிப்பது வெளிநாட்டு நிறுவனங்களின் உதவியுடன், நாமே நமது கடற்கரையையும் மீனவர்களையும் அழிப்பதைப்போன்றது. தன் நாட்டு குடிமக்கள் மீது அக்கறைகொண்ட எந்தக் குடியரசும் தன் மக்களைத் தானே அழிக்க முன்வராது. [40]கடலில் ஒருவகை புலிச்சுறா மீன் (Sand Tiger Shark) இருக்கிறது. அதன் குஞ்சுகளை அதுவே சாப்பிடும். இனயம் துறைமுகம் வடிவில் புலிச்சுறாவைப்போல் இந்திய அரசும் தன் குடிமக்களை தானே அழிக்க முயல்வது வேதனைக்குரியது.

மீனவர்களுக்குத் தேவையானது சிறந்த நவீன மீன்பிடித்துறைமுகங்கள். குளச்சல் துறைமுகத்தை ஒரு சிறந்த மீன்பிடித்துறைமுகமாக மாற்றி, வெட்ஜ் பேங்கில் மீன்பிடிக்க வெளிநாட்டு கப்பல்களுக்கான அனுமதியை ரத்துசெய்துவிட்டு, நம் இந்திய மீனவர்களுக்கு வெட்ஜ் பேங்கில் மீன்பிடிப்பதற்கான முழு உரிமையையும்

கொடுத்தாலே போதுமானது. ஒரு பெருந்துறைமுகத்திலிருந்து இந்திய அரசங்கத்திற்கு கிடைக்கும் வருவாயைவிட பலமடங்கு வருவாயை மீனவர்கள் அரசாங்கத்திற்கு ஈட்டித்தருவார்கள் என்பதில் மாற்றுக்கருத்தில்லை.

தென்மேற்குப் பருவமழையின்போது இனயம், விழிஞ்சம் சார்ந்த பகுதியின் வெளிக்கடலில் ஏற்படும் அலைவேகம், உயரம், பருவநிலை, ஆழம், சீதோஷண நிலை மற்றும் பாறைகள் போன்ற அலைத்தடுப்புக் காரணிகளும் [41]இனயம் துறைமுகத் திட்ட அறிக்கையில் சொல்லப்பட்டிருக்கும் இத்தாலியின் ஜெனோவா துறைமுகப்பகுதியின் தன்மையும் வெவ்வேறானவை. நமக்கு நமது துறைமுகம் சார்ந்த பகுதிகளின் கள ஆய்வுகளும் அனுபவம் சார்ந்த தரவுகளும் தேவைப்படுகின்றன. பல்லாயிரம் வருடங்களாக தலைமுறைகளாக அனுபவம் சார்ந்த தரவுகளை தன்வசம் வைத்திருக்கும் மீனவர்களுடன் நமது ஆய்வாளர்கள் உரையாடவேண்டும். அதை நமது கல்வி நிறுவனங்கள்தான் தொடர்செயல்பாடாகச் செய்யமுடியும்.

மீனவர்களின் பங்களிப்பில்லாத மீனவர்களுக்கு பாதிப்பை ஏற்படுத்தும் அனைத்து விஞ்ஞான ஆய்வுகளின்மீதும் அதிக கவனத்துடன் இருக்கவேண்டிய சூழல் ஏற்பட்டிருக்கின்றது. இல்லையேல், திருவாங்கூர்—கொச்சி மாநிலத்தில் மீனவர்களின் தனித்தொகுதியான இனயம் சார்ந்த கொல்லங்கோடு சட்டமன்றத் தொகுதியை[42] இழந்து அரசியல் அனாதைகளானதைப்போல், மீனவர்களின் வாழ்வுரிமையையும் வாழ்வாதாரத்தையும் அவர்களின் எதிர்காலத்தையும் மீனவர் நலனில் அக்கறையில்லாத வேறுயாரிடமோ விட்டுக்கொடுத்துவிட்டு நிர்கதியாக நிற்கவேண்டியதிருக்கும். மீனவர்களின் வாழ்வு பரியந்தத்தின் தீர்ப்பை மூன்றாம் நபர்கள் எழுதிக்கொண்டேயிருப்பார்கள். மீனவர்கள் விழிப்படையாதவரை, கண்ணாடித்தொட்டியில் அடைக்கப்பட்ட கடலுக்கு தவமிருக்கும் சிறைமீன்களின் வாழ்க்கையாக மீனவர்களின் வாழ்வு தொடரும்.

குறிப்புகள்:

1. http://www.vizhinjamport.in/downloads/Updated_Mathematical_Model_Study_May_2013-RA.pdf
2. www.vliz.be/imisdocs/publications/252124.pdf

3. http://www.dinamani.com/tamilnadu/2017/jun/29 புதிய-தடுப்பணைகள்-தடுப்புச்-சுவர்கள்-3-ஆண்டுகளில்-ரூ1000-கோடியில்-அமைக்கப்படும்-பழனிச்சாமி-2728528.html
4. http://www.dinamani.com/tamilnadu/2017/jun/08/ வள்ளவிளையில்-கடல்-சீற்றம்-11-வீடுகள்-சேதம்-2716223.html
5. Waves in shallow water off west coast of India during the onset of summer monsoon, V. Sanil Kumar, C. Sajiv Philip, and T. N. Balakirishnan Nair
6. Wave height and Spectral transformation in the shallow waters of Kerala Coast and their projection, N. P. Kurian(https://dyuthi.cusat.ac.in/xmlui/bitstream/handle/purl/3612/Dyuthi-T1570.pdf?sequence=1)
7. Erosion hotspots along southwest coast of India, Noujas V* and Thomas K V
8. http://www.thenewsminute.com/article/adani-s-port-project-kerala-capital-might-be-threatening-ancient-coastal-villages-63423
9. Malabar Manual, Volume 1 - by William Logan
10. http://www.pnas.org/content/114/23/5946 (Reassessment of 20th century global mean sea level rise, Sönke Dangendorf et al.)
11. https://sealevel.nasa.gov
12. https://www.ipcc.ch/pdf/assessment-report/ar5/syr/SYR_AR5_FINAL_full.pdf
13. https://www.youtube.com/watch?v=GBH965v1uMA
14. http://www.business-standard.com/article/economy-policy/high-erosion-coastal-stretches-to-be-no-go-areas-says-ramesh-110123000100_1.html
15. https://www.theguardian.com/environment/blog/2011/jul/13/jairam-ramesh-india-environment-ministry
16. Evaluation of coastal erosion and accretion processes along the southwest coast of Kanyakumari, Tamil Nadu using geospatial techniques, S Kaliraj, N. Chandrasekar & N. S. Makes
17. Impact of Port Structures on the Shoreline of Karnataka, West Coast of India
18. Siltation and Coastal Erosion at Shoreline Harbours, K.G.S. Sarma (http://ac.els-cdn.com/S1877705815019141/1-s2.0-S1877705815019141-main.pdf?_tid=1b45f130-5c7e-11e7-9b08-00000aacb360&acdnat=1498708422_51c645ca1e753af81abbbc3d650972ce)
19. Littoral sediment transport and shoreline changes along Ennore on the southeast coat of India: Field observations and numerical modeling - V. Ranga Roa, M.V Ramana Murthy, Manjunath That, N T Reddy
20. Shoreline Changes and Near Shore Processes Along Ennore Coast, East Coast of South India, P. Kasinatha Pandian, S. Ramesh, M. V Ramana Murthy, S. Ramachandran, and S. Thayumanavan
21. Simulation Of Shoreline Changes Along Muthalapozhy Harbour, India - Dhyan Singh Arya, Santosh Kori, A M. Video

22. https://en.wikipedia.org/wiki/Chennai_Port

23. Impact of port development on the coastline and the need for protection, M D Kuntra (http://nopr.niscair.res.in/bitstream/123456789/10808/1/IJMS%20 39%284%29%20597-604.pdf)

24. http://www.currentscience.ac.in/Volumes/109/02/0347.pdf(Assessment of coastal erosion along the Indian coast on 1 : 25,000 scale using satellite data of 1989–1991 and 2004–2006 time frames A. S. Rajawat, et al)

25. http://ac.els-cdn.com/S1877705815019943/1-s2.0-S1877705815019943-main. pdf?_tid=28a1a372-5f8c-11e7-94a7-00000aab0f01&acdnat=1499044304_6e5128 25271c8f067ed0c067fbe26247 (Impacts of Ports on shoreline change along Odisha coast, Pratap K. Mohanty, et al)

26. http://orienvis.nic.in/indexx.aspx?langid=1&slid=650&mid=2&sublinkid=188

27. http://www.dnaindia.com/analysis/standpoint-what-happened-to-the-rs-60-lakh-crore-thorium-scam-1982959

28. http://localnews.manoramaonline.com/thiruvananthapuram/local-news/2017/08/20/vzm-wharf-wreck-vjm20-8-17.html

29. http://www.environment.tn.nic.in/images/maps/kk/31b.jpg

30. Littoral transport studies along west coast of India - A review, Pravin D Kunte & B G Wagle (http://drs.nio.org/drs/bitstream/handle/2264/403/I_J_Mar_Sci_30_57.pdf)

31. https://www.ijirset.com/upload/june/35_ASSESSMENT.pdf

32. Radionuclides of 238U, 232Th and 40K in beach sand of southern regions in Tamilnadu State, India (Post-Tsunami) J Punniyakotti & V Ponnusamy (http://nopr.niscair.res.in/bitstream/123456789/40843/1/IJPAP%2055%283%29%20218-230.pdf)

33. GOVERNMENT OF INDIA DEPARTMENT OF ATOMIC ENERGY LOK SABHA UNSTARRED QUESTION NO.328 (http://www.dae.nic.in/writereaddata/parl/monsoon2015/lsus328.pdf)

34. http://www.yorku.ca/bunchmj/ICEH/proceedings/Sekhar_L_ICEH_papers_470to488. pdf(KARIMANAL (MINERAL BEACH-SAND) MINING IN THE ALAPPUZHA COAST OF KERALA – A PEOPLE'S PERSPECTIVE, Sekhar L.K and Jayadev S.K)

35. Impact of Rare Earth Mining and Processing on Soil and Water Environment at Chavara, Kollam, Kerala: A case study, Tekedil Zeenat Humsa, R. K. Srivastava (http://ac.els-cdn.com/S1878522015001101/1-s2.0-S1878522015001101-main. pdf?_tid=c355bf7a-6103-11e7-a97e-00000aab0f26&acdnat=1499205624_90ee07 ee86a5b9a41230eb6baf27a2bb)

36. http://www.aerb.gov.in/AERBPortal/pages/English/Constitution/directives_jsp.action

37. Impact of pollution on marine environment - A case study of coastal Chennai, A. Duraisamy and S. Latha

38. http://www.currentscience.ac.in/Volumes/105/07/0990.pdf

39. http://www.thehindubusinessline.com/economy/logistics/ship-with-iron-ore-sinking-off-tns-kanyakumari-coast/article1628471.ece
40. https://en.wikipedia.org/wiki/Sand_tiger_shark
41. Rapid Techno-Economic Feasibility Report for Development of Colachel Port in Tamilnadu (Final Report (Revised) Dated 14.08.2015)
42. http://eci.nic.in/eci_main/StatisticalReports/SE_1954/StatRep_TravCochin_1954.pdf

15
படகோட்டிகள்

மீனவர்களை பழங்குடியினர் பட்டியலில் சேர்க்கவேண்டுமென்பது அவர்களது நீண்டநாள் கோரிக்கையாக இருக்கிறது. பிற்படுத்தப்பட்டவர் மற்றும் பழங்குடியினர் பட்டியல் என்பது ஜாதி சார்ந்தது. எனவே இந்தக் கட்டுரை மீனவர்களின் இனவரைவியல் குறித்துப் பேசுகின்றது. இனயம் துறைமுகம் சார்ந்த தென்மேற்குக் கடற்கரையில் இருக்கும் மீனவர்கள் முக்குவர்கள் என்னும் ஜாதியினர். இவர்கள் அனேகமும் கிறிஸ்தவர்கள் என்பதால் ஜாதியைக் கைவிட்டவர்கள். எனவே, முக்குவர்கள் என்பதை ஒரு இனம் என்றே கொள்ளவேண்டும். தமிழகத்திலிருக்கும் முக்குவர்களை பழங்குடியினர் பட்டியலில் சேர்ப்பதற்கான வாய்ப்பிருக்கின்றதா என்பதை இந்தக் கட்டுரை வழியாகச் சிறிது அறிய முயன்றிருக்கின்றேன். தற்போதைய தமிழகத்தில் வரலாற்று ரீதியில் முக்குவர்கள் என்பவர்கள் யார்? என்னும் என்னுடைய அடிப்படைப் புரிதலே இந்தக் கட்டுரை.

1

15ஆம் நூற்றாண்டில் கடல்வழியாக வெளிநாடுகளைக் கைப்பற்றுவதில் போர்ச்சுகல் மற்றும் ஸ்பெயின் நாடுகள் தீவிரம் காட்டின. அப்போது இந்த இரண்டு நாடுகள் மட்டுமே கடலில் ஆதிக்கம் செலுத்திக்கொண்டிருந்தன. 1498ஆம் வருடம் போர்ச்சுகல் நாட்டு மாலுமி வாஸ்கோடகாமா கடல்வழிப் பயணமாக இந்தியாவின் கோழிக்கோட்டில் கால்பதித்தார். 1588ஆம் வருடம் இங்கிலாந்து ஸ்பெயின் கடற்படையைத் தோற்கடித்த பிறகு, ஸ்பெயின் ஆதிக்கம் செலுத்தாத கிழக்கிந்திய நாடுகளில் கப்பல்தொழில் செய்வதற்கு லண்டன் வியாபாரிகள் அப்போதைய இங்கிலாந்து ராணி முதலாம் எலிசபெத்திடம் கோரிக்கை வைத்தார்கள். 1600 டிசம்பர் மாதம் ராணி எலிசபெத் கிழக்கிந்திய நாடுகளில் வணிகத்திற்கு

அனுமதியளித்ததுடன், 101 ஆங்கில வியாபாரிகளால் துவங்கப்பட்ட ஜான் கம்பெனி என்னும் அமைப்பிற்கு வியாபாரம் செய்வதற்கான முழு உரிமையையும் கொடுத்தார். இந்தக் கம்பெனி பின்னாளில் கிழக்கிந்தியக் கம்பெனி என்று பெயர் மாற்றம் பெற்றது.

1612ஆம் வருடம், குஜராத்தின் சுவாலி கடற்கரையில் போர்ச்சுகீசியர்களுடன் நடந்த யுத்தத்தில் கிழக்கிந்தியக் கம்பெனி வென்று சூரத்தில் தங்கள் முதல் காலனியை நிறுவியிருந்தது. அந்தக் காலகட்டத்தில் மசூலிப்பட்டினம் ஜவுளி உற்பத்தியில் புகழ்பெற்றிருந்தது. துணிகளின் நிறத்திற்கு, ஒரு குறிப்பிட்டவகை தாவரத்திலிருந்து உருவாக்கிய சிவப்பு சாயத்தைப் பயன்படுத்தினார்கள். இந்த வகை நிறச்சாயமுள்ள துணிகளுக்கு சந்தையில் நல்ல மதிப்பிருந்தது. அந்த செடிகள் மசூலிப்பட்டினத்திற்கு அருகில் மட்டுமே வளர்ந்தது. ‘மசூலிப்பட்டினம் சின்ஞ்’ என்னும் அந்த குறிப்பிட்டவகை வர்ணம் கொண்ட ஜவுளி வியாபாரத்திற்காக இந்தியாவின் கிழக்கு கடற்கரைக்கு கிழக்கிந்தியக் கம்பெனி வந்தது. 1620ஆம் வருடம் மசூலிப்பட்டினத்தில் காலனியை அமைத்த கிழக்கிந்தியக் கம்பெனியால் அங்கு நிலைகொள்ள முடியவில்லை. எனவே, டச்சு காலனியான புலிக்காடிற்கும் போர்ச்சுகீஸ் காலனியான சாந்தோமிற்கு வடக்கிலும் குடியேறி வியாபாரம் செய்வதற்கு கிழக்கிந்தியக் கம்பெனிக்கு ஓரிடம் தேவைப்பட்டது. புலிக்காடில் துறைமுகம் ஏதுமில்லை. அங்கு வந்த கப்பல்கள் அப்போது சேதமின்றித் திரும்பியதில்லை என்று சொல்லப்படுகின்றது.

கிழக்கிந்தியக் கம்பெனியின் நிர்வாகியான பிரான்சிஸ் டே, வந்தவாசி மற்றும் பூந்தமல்லி நாயக்கர்களிடம் சென்னையில் குடியேறுவதற்கான அனுமதியைக் கோரினார். 1639 ஆகஸ்ட் 22ஆம் நாள் நாயக்கர்கள் பிரான்சிஸ் டேயின் கோரிக்கையை ஏற்று, ஏற்கெனவே அவர்கள் தங்கள் தந்தையின் பெயரால் உருவாக்கியிருந்த சென்னப்பட்டணம் என்னும் சிறு நகரத்திற்கு தெற்கிலும், போர்ச்சுகீசியர்கள் குடியேறியிருந்த சாந்தோமிற்கு வடக்கிலும் ஆறு மைல் நீளமும் ஒரு மைல் அகலமும் கொண்ட தீவுப்பகுதியில் குடியேறி வியாபாரம் செய்ய அனுமதியளித்தார்கள்.

[பிரான்சிஸ் டே சென்னையில் குடியேறுவதற்கான அரசாணைப் பத்திரத்தை, சந்திரகிரி நாயக்க மன்னர் வெங்கடாத்திரி (வெங்கடா III) நாயக்கரிடமிருந்து பெற்றுக்கொண்டார் என்றும், ஆனால் அது தவறான கருத்து என்றும் சொல்லப்படுகின்றது. அதுபோல், அரசாணையில் சொல்லப்பட்டிருக்கும் 1639 ஜூலை 22 என்பது தவறானதென்றும்

1639 ஆகஸ்ட் 22 என்பதே சரியானதென்றும் சொல்லப்படுகின்றது.]

நாயக்கர்கள் அனுமதியளித்த பகுதியில் சென்னைக்குப்பம் (Chennaik Coopom), மதராஸ்குப்பம்(Madras Coopom), ஆற்றுக்குப்பம்(Arkoopam) மற்றும் மலைப்பட்டு(Maleput) என்று நான்கு கிராமங்கள் இருந்தன. சென்னை, மதராஸ் மற்றும் ஆற்றுக்குப்பம் என்பவை மீன்பிடி கிராமங்கள். ஆற்றுக்குப்பம் 1802ஆம் ஆண்டுவரை படகோட்டிகள் என்னும் முக்குவர்களின் கிராமமாக இருந்தது. மலைப்பட்டு கிராமம் சென்னை கோட்டைக்கு மேற்கில் இருந்தது. அந்த ஊர்ப்பெயர் தற்போது வழக்கொழிந்துவிட்டது. அப்போது, மதராஸப்பட்டினத்தில் 15—20 மீன்பிடி குடிசைகள் இருந்தன. 1640இல் மதராஸப்பட்டினத்தில் தற்போதைய புனித ஜார்ஜ் கோட்டைக்கான அடிக்கல் போடப்பட்டு 1666ஆம் வருடம் கட்டிமுடிக்கப்பட்டது.

அப்போது சென்னையில் துறைமுகம் இருக்கவில்லை. கப்பல்கள் திறந்தவெளிக் கடலில் நங்கூரமிடப்பட்டு, அதிலிருந்து சரக்குகளும் பயணிகளும் கட்டுமரத்திலும் படகிலும் கோட்டைக்கு முன்னாலிருந்த கடற்கரைச் சாலைக்கு மீனவர்களால் கொண்டுவரப்பட்டார்கள். படகிற்கு மசுளா என்று பெயர். நீண்ட மரப்பலகைகளை தேங்காய் நாரினால் துணிநெய்வதுபோல் இணைத்து வள்ளங்களை உருவாக்குவார்கள். வள்ளங்களின் அடிப்பாகம், அலையில் கவிழ்வதற்கு வாய்ப்பில்லாமல், பரந்து இருக்கும். மசுளா படகின் உதவியுடன் சென்னையில் ஏற்றுமதி இறக்குமதி தொழில் செய்த மீனவர்கள் முக்குவர்கள் என்னும் படகோட்டிகள் என்று அறியப்பட்டார்கள். கிழக்கிந்தியக் கம்பெனி சென்னைக்கு வருவதற்கு முன்பே முக்குவர்கள் சாந்தோமில் படகோட்டிகளாக வேலைசெய்துகொண்டிருந்தார்கள்.

தற்போதும் கேரளக்கடற்கரையில் கரைமடி வள்ளங்கள் இந்த முறையிலேயே கட்டப்படுகின்றன. கரைமடிக்குப் பெயர்போன, பூத்துறை, வள்ளவிளை மற்றும் நீரோடி கிராமங்களில் இந்த வள்ளங்களைக் காணலாம். முன்பு, வள்ளவிளை கிராமத்தில் இந்த வள்ளங்கள் பெருமளவில் கட்டப்பட்டது. தற்போது, வள்ளவிளைக்கு கிழக்கில் இடைப்பாடு பகுதியில் இந்தப் படகுக் கட்டுமானம் நடக்கின்றது.

மதராஸப்பட்டினத்தின் கடற்கரையிலிருந்து சுமார் இரண்டு கிலோமீட்டர் தூரத்தில் கப்பல்கள் நங்கூரமிடப்பட்டன. பருவமழை காலகட்டத்தில் சரக்குகளை ஏற்றி இறக்குவதென்பது மிகவும்

சவாலானது. இடையிடையே புயலும் மதராஸப்பட்டினத்தை தாக்கிக்கொண்டிருந்தது. 1662 மே மாதம் வீசிய புயலால் ஒன்பது கப்பல்கள் சேதமடைந்தன. சாதாரண நாட்களிலும் அலை பலமாக இருந்தது. முக்குவர்கள் தங்கள் உயிரைப் பணயம் வைத்து வேலை செய்தார்கள்.

மதராஸப்பட்டினம் கறுப்பு நகரம் (இடங்கை) என்றும் வெள்ளை நகரம் (வலங்கை) என்றும் இரண்டு பிரிவுகளாக புவியியல் ரீதியாக பிரிக்கப்பட்டு அதன் உள்ளடுக்கில் சமூகரீதியாகவும் பிரிக்கப்பட்டிருந்தது. அதில் கத்தோலிக்கர்களான முக்குவர்கள் என்னும் படகோட்டிகள், ஜாதியைக் கைவிட்டவர்கள் என்பதால் வெள்ளை நகரத்தில் இருந்தார்கள். கிழக்கிந்தியக் கம்பெனியின் ஆவணங்களில் முக்குவர்களை படகோட்டிகள் என்றே பல இடங்களில் குறிப்பிடப்பட்டுள்ளது. அவர்கள் மீன்பிடி மற்றும் கப்பல் சார்ந்த தொழில்கள் செய்துகொண்டிருந்ததால் கடற்கரையை ஒட்டி அவர்கள் இருப்பதற்கு அனுமதிக்கப்பட்டார்கள்.

வெள்ளையர்களைத் தவிர்த்த அனைத்து இந்து ஜாதி மக்களும், உயர்சாதிகள் உட்பட, கருப்பு நகரத்தில் இருந்தார்கள். மீனவர்களுடன், வண்ணார்களும் நெசவாளர்களும் பெருமளவில் இருந்தார்கள்.

பருத்தி ஆடைகளும், மஸ்லினும் படுக்கை விரிப்புகளும் சென்னையிலிருந்து பெருமளவில் ஏற்றுமதியாகியது. மசூலிப்பட்டினத்தை ஒப்பிடும்போது சென்னையில் நெசவுப்பொருட்கள் 20% விலை குறைவாகவே கம்பெனிக்குக் கிடைத்தது. மதராஸப்பட்டினத்திற்கு தெற்கில் சாந்தோம் நகரத்தில் போர்ச்சுகீசியர்கள் இருந்தார்கள். சாந்தோம் போர்ச்சுகீசியர்களின் காலனியாக இருந்தது. அங்கிருந்தவர்கள் அநேகமும் தோமா கிறிஸ்தவர்கள். 1640ஆம் ஆண்டின் முடிவில் வெள்ளை நகரத்திற்கு வெளியில் 600க்கும் அதிகமான கிறிஸ்தவ மீனவர்கள் இருந்தார்கள். 300க்கும் அதிகமான நெசவாளர்கள் மசூலிப்பட்டினம் போன்ற இடங்களிலிருந்து சென்னையில் குடியேறியிருந்தார்கள். நெசவுத்தொழில் பாரம்பரியம் மிக்க குடும்பத்தொழிலாக இருந்தது. கிறிஸ்தவ படகோட்டிகள் ஏற்கெனவே சாந்தோமில் இருந்தவர்கள்.

கடலிலிருந்து உள்நாட்டில் 360 அடி தூரம் வரை மீனவர்களுக்கு நில உரிமை இருந்தது. அவர்களின் ஊர்கள் இரண்டிலிருந்து மூன்று மைல் தூரம் வரை இருந்தது. முக்குவர்கள் என்னும் படகோட்டிகள் முதலில் கறுப்பு நகரத்தில் இருந்தார்கள். 1652ஆம் வருடம் ஏற்பட்ட

ஜாதி மோதல்களுக்குப்பிறகு, திருமணம் மற்றும் சவ ஊர்வலத்திற்கு தனியான தெருக்கள் அவர்களுக்குக் கொடுக்கப்பட்டது. அவர்கள் கறுப்பு நகரத்தின் கடலோரத்திலிருந்து வெள்ளை நகரத்தின் போர்ச்சுகீசியர்களின் கோயில்வரை வாழ்ந்தார்கள். சில படகோட்டிகள் முத்தாலப்பேட்டையின் கடலோரத்திலும் இருந்தார்கள்.

1670இல் மீனவர்கள் தங்களுக்கென்று ஒரு புதிய நகரத்தை உருவாக்கினார்கள். அது முக்குவா நகரம் (முக்குவா டவுண்) என்று அழைக்கப்பட்டது. இது வெள்ளை நகரத்திற்குத் தெற்கில் இருந்தது. இதில் மீனவர்களும், படகோட்டிகளும் மட்டுமே இருந்தார்கள். இது 1673இலிருந்து 1679க்கு இடைப்பட்ட காலகட்டத்தில் மட்டும் இருந்ததாகச் சொல்லப்படுகின்றது. பிரஞ்சுப்படையின் ஆக்கிரமிப்பிற்குப் பிறகு மீனவர்கள் அங்கிருந்து சேப்பாக்கத்திற்கு மாற்றப்பட்டார்கள். முக்குவர்கள் என்னும் படகோட்டிகள் அவர்களின் மீன்பிடித்தொழிலுடன் கப்பல் சம்பந்தமான அனைத்து தொழிலையும் செய்துவந்தார்கள். முக்குவர்கள் கட்டுமரத்தையும் மசுளா வள்ளத்தையும் பயன்படுத்தி தொழில்செய்துவந்தார்கள். யானை, குதிரை போன்றவை கட்டுமரத்தைக்கொண்டு கப்பலில் ஏற்றி இறக்கப்பட்டது.

1652ஆம் வருட ஜாதி பிரச்சனைகளுக்குப்பிறகு அவர்களுக்கும் கறுப்பு நகரத்தில் தனியான தெருக்கள் கொடுக்கப்பட்டது. முத்தாலப்பேட்டையில் படகோட்டிகள் மற்றும் லஸ்கர்களுடன் (கப்பல் கூலிகள்) கட்டுமரக்காரர்களுக்கும் நிலங்கள் அளிக்கப்பட்டது. கட்டுமரக்காரர்கள் கறுப்பு நகரத்திற்கும் கடலுக்கும் இடைப்பட்ட பகுதியில் இருந்தார்கள். 1695 நவமபர் 21ஆம் நாள் வீசிய புயலில் அவர்களின் வீடுகள் பாதிப்பிற்கு உள்ளானது. கட்டுமரக்காரர்கள் ஏழ்மை நிலையில் இருந்தார்கள். இவர்கள் கட்டுமரக்காரர்களுடன் சேப்பாக்கத்திற்கு இடம்பெயர்ந்தார்கள். சேப்பாக்கத்திலும் ஏற்கெனவே மீனவர்கள் இருந்தார்கள். 'மைல் எண்ட்' சாலையில் கோயில் ஒன்றைக் கட்டினார்கள். 1707ஆம் வருடம் கறுப்பு நகரத்தில் செம்படவர்கள் என்னும் மீனவர்கள், கரையர்கள் என்னும் முக்குவர்கள், பட்டினவர் என்னும் கட்டுமரக்காரர்கள் என்று மூன்று ஜாதிகள் இருந்ததாகச் சொல்லப்பட்டுள்ளது.

மக்கள்தொகை தொடர்ந்து அதிகரிப்பதனால், அனைத்து ஜாதி மக்களும் இணைந்திருப்பது கம்பெனிக்கு நிர்வாக ரீதியில் சிக்கலை ஏற்படுத்தியது. எனவே, ஒவ்வொரு ஜாதித் தலைவர்களும் வரவழைக்கப்பட்டு, அவர்கள் எங்கிருக்க விரும்புகின்றார்கள்

என்று கேட்டு அங்கே குடியமர்த்தப்பட்டனர். நெசவாளர்கள் கறுப்பு நகரத்தில் இருப்பதாகத் தீர்மானித்தார்கள். முக்குவர் அவர்களின் தொழில் சார்ந்து கறுப்பு மற்றும் வெள்ளை நகரங்களின் கடற்கரையோரங்களில் இருந்தார்கள். வெள்ளை நகரத்தில் இந்தியர்கள் அனுமதிக்கப்படவில்லை. கிறிஸ்தவர்களான மீனவர்கள் தங்கள் முதலாளிகளான வெள்ளையர்களுக்குப் பக்கத்தில் கடற்கரையில் இருந்தார்கள். ஜாதி சார்ந்த பிரச்சனைகள் எழுந்தபோது, கம்பெனி நிர்வாகம் மீனவர்களுக்குப் பாதுகாப்பாக இருந்தார்கள். அப்போது கிழக்கிந்தியக் கம்பெனியின் வியாபாரம் முழுவதும் படகோட்டிகளையே நம்பியிருந்தது.

படகோட்டிகளும் கட்டுமரக்காரர்களும் அவர்களின் தனித்திறமை, கடின உழைப்பு மற்றும் தைரியத்திற்காகப் பெரும்புகழ் பெற்றிருந்தார்கள். கட்டுமரம் என்பது ஒரு அசாதாரணமான, கடல் சார்ந்த கட்டுமானங்களில் மனிதனின் ஒரு உன்னதமான கண்டுபிடிப்பாகவே பார்க்கப்பட்டது. சுமத்தரா மற்றும் செயின்ட் ஹெலனா போன்ற கிழக்கிந்தியக் கம்பெனியின் வேறு குடியேற்ற நாடுகளுக்கும் மதராஸ் படகோட்டிகள் சென்று கட்டுமரத்தை எப்படிக் கையால்வது என்ற பயிற்சியைக் கொடுத்தார்கள். கிழக்கிந்தியக் கம்பெனியின் வளர்ச்சி படகோட்டிகளின் உழைப்பையே நம்பியிருந்தது. பிரிட்டிஷ் சாம்ராஜ்யம் படகோட்டிகளின் வியர்வையில் வெகுவிரைவாக மேலெழும்பிக்கொண்டே இருந்தது.

மீன்பிடித்தலை கிழக்கிந்தியக் கம்பெனி நிர்வாகம் கட்டுப்படுத்தியிருந்தது. மதராஸப்பட்டினத்தின் கடலிலும் ஆறுகளிலும் மீன்பிடிப்பதற்கான உரிமை குத்தகைக்கு விடப்பட்டிருந்தது. குத்தகை எடுப்பவரை ‘மீன்பிடி விவசாயி’ என்று அழைத்தார்கள். முதலில் மீன்பிடிப்பதற்கான வரியை மீனாகப் பெற்றார்கள். பியூன் ஒருவரால் இது கண்காணிக்கப்பட்டு அவரே மீனையும் பெற்றுச்சென்றார். 1694ஆம் வருடம் இது ஒட்டுமொத்தமாக அதிகமான தொகை தருபவர்களுக்கு ஏலத்தில் விடப்பட்டது. ஆறுகளில் மீன்பிடிப்பதற்கான முதல் ஏலத்தொகை வருடத்திற்கு 30 பக்கோடாக்கள். குத்தகைதாரர் மீனவர்களிடம் வசூலிக்கும் வரிக்கு எந்தவிதக் கட்டுப்பாடுமில்லை. 1696இல் கடலில் மீன்பிடிப்பதற்கான குத்தகை முக்குவா தலைவருக்கு 50 பக்கோடாக்களுக்கு கொடுக்கப்பட்டது. மக்கள்பெருக்கம் காரணமாக, செம்படவர்கள் கடலில் மீன்பிடிக்கத் துவங்கினர். மீனவர்களின் பெண்கள் வலையைச் சரிசெய்வது, மீனை உலர்த்துவது, மீனை விற்பனை செய்வது போன்ற வேலைகளைச் செய்தார்கள்.

கப்பல்கள் கரைக்கு வரும் நேரங்களில் மட்டுமே படகோட்டிகளுக்கு வேலையிருந்தது. எனவே, படகோட்டிகளுக்கு மீன்பிடித்தலே முக்கியத் தொழிலாக இருந்தது. பருத்தி, சணல் மற்றும் தென்னை நாரினால் வலைகளை உருவாக்கினார்கள். கிழக்கிந்தியக் கம்பெனியின் வேறு குடியேற்றங்களுக்குத் தூதுவர்களாகவும், கடல்வழி தபால் சேவையிலும் ஈடுபட்டிருந்தார்கள். படகோட்டிகள் தங்களுக்குள் சிறப்பாக ஒருங்கிணைந்திருந்தார்கள். அதுபோல், படகோட்டிகள் கம்பெனியின் விசுவாசமுள்ள ஊழியர்களாகவும் இருந்தார்கள். படகோட்டிகளைத் தவிர வேறு இனத்தவர்கள் கம்பெனியில் வேலைக்குச் சேரவேண்டுமென்றால் படகோட்டிகள் கீழ்தான் வேலைசெய்ய வேண்டும். இதற்காக 1680ஆம் வருடம் கறுப்பு தோமா என்பவர் முக்காடம் (தலைவர்) வேலைக்கு அமர்த்தப்பட்டார். அவருக்கு 70 பணம் மாதச் சம்பளமாகக் கொடுக்கப்பட்டது.

ஒரு சில மாதங்களுக்கு முன்பு இந்துக்கள் குறிப்பாக வண்ணார்கள் கிழக்கிந்தியக் கம்பெனிக்கு எதிராக மேற்கொண்ட கலகத்தில் அதற்கு முன்பிருந்த கிறிஸ்தவ முக்காடம் இந்துமக்களுடன் இணைந்து போராட்டத்தில் ஈடுபட்டார். வேலைநிறுத்தம் மேற்கொண்ட மக்கள் மதராஸப்பட்டினத்திலிருந்து சாந்தோமிற்குச் சென்றார்கள். அவர்களைக் கட்டாயப்படுத்தி கம்பெனி நிர்வாகம் அழைத்துவந்தது. எனவே கறுப்பு தோமாவை புதிய தலைவராக (முக்காடம்) நியமித்தார்கள். அவர் படகோட்டிகள் தலைவராக வேலை பார்த்தால் கம்பெனிக்கு உண்மையாக இருப்பார் என்று நம்பினார்கள். [முக்காடம் என்பது பின்னாட்களில் மெனக்காடன் என்று மருவியது.]

பல நேரங்களில் தலைவர்களுக்கும் படகோட்டிகளுக்கும் பிரச்சனை வந்தது. தலைவர்களை மாற்றுவதற்கு மனுக்கள் அளித்திருக்கின்றார்கள். முக்காடத்தைப் போல், படகோட்டிகளின் திருட்டு போன்ற வில்லங்கங்களைக் கண்டுபிடிப்பதற்கும், கசையால் அடிப்பதற்கும் ஆட்கள் நியமிக்கப்பட்டார்கள். திருட்டில் ஈடுபடுபவர்களுக்கு ஏழு மாதச் சிறைத்தண்டனையும் 500 பக்கோடாக்கள் அபராதமும் விதிக்கப்பட்டது. போர்ச்சுகீசியர்கள் கீழிருந்த சாந்தோமில் இருந்த படகோட்டிகளும் மதராஸப்பட்டினத்து படகோட்டிகளும் ஒரே இனம். 1722ஆம் வருடம் சாந்தோமிலிருந்த இரண்டு படகோட்டிகள் புதிய தலைவர்களாக நியமிக்கப்பட்டார்கள். எனவே, வேலை நிறுத்தம் போன்ற பிரச்சனைகள் ஏற்பட்டாலும் சாந்தோமிலிருந்து படகோட்டிகளை இவர்கள் அழைத்து வருவார்கள் என்று நம்பினார்கள். பல தலைவர்கள் ஒரே குடும்பத்தவர்களாகவும் இருந்தார்கள்.

1701, ஜூன் 26ஆம் நாள் இடங்கை வலங்கை பிரிவினருக்கு இடையில் மோதல் ஏற்பட்டது. முக்குவர்கள் கிறிஸ்தவர்களாக இருப்பதால் அவர்களுக்கு ஜாதி இல்லை. அதுபோல், அவர்கள் இந்துக்களின் எந்த ஜாதியின் உட்பிரிவிலும் வரமாட்டார்கள் என்றும் அவர்களின் முதலாளிகளை அவர்கள் ஒருபோதும் கைவிடமாட்டார்கள் என்றும், முத்தாலப்பேட்டை கடற்கரையிலிருக்கும் படகோட்டிகள், லஸ்கர் மற்றும் மீனவர்கள் அதே இடத்தில் இருக்கலாமென்றும், இடங்கை பிரிவினருக்கு எந்தவித இடையூறும் செய்யக்கூடாதென்றும் முக்குவர்களின் தலைவர்களிடமிருந்து கிழக்கிந்தியக் கம்பனி வாக்குறுதி வாங்கியது.

1710ஆம் வருடம் 74 கப்பல்கள் சென்னைக்கு வந்தன. ஒரு கப்பலில் சுமார் 400 முதல் 600 டன் சரக்குகள் கொண்டுவரப்பட்டது. ஒவ்வொரு வருடமும் இதன் அளவு அதிகரித்துக்கொண்டிருந்தது. படகோட்டிகளுக்கும் வள்ளத்திற்கும் எப்போதும் பற்றாக்குறை இருந்தது. ஒரு படகு தினமும் மூன்று முறை கப்பலிலிருந்து சரக்கு ஏற்றி இறக்க வேண்டியிருந்தது. எனவே வள்ளம் கட்டுவதற்காக பேங்க்சால் என்னும் கொட்டகையும் அமைக்கப்பட்டது. படகோட்டிகள் வேறு இடங்களிலிருந்து கொண்டுவரப்பட்டார்கள். 1654ஆம் வருடம் ஒரு வள்ளத்திற்கு 2 பணம் சம்பளமாகக் கொடுக்கப்பட்டது. இதுவே 1678ஆம் வருடம் 5 பணமாக உயர்ந்தது. ஆனாலும், அவர்களின் உழைப்பிற்கு இது மிகவும் குறைவு. ஒவ்வொரு வருடமும் வள்ளங்களைச் சரிசெய்வதற்காக ஒரு குறிப்பிட்ட தொகையை கம்பெனி முன்பணமாக அவர்களுக்குக் கொடுத்தது. பிறகு, இந்தத் தொகை அவர்களின் வருவாயிலிருந்து கழித்துக்கொள்ளப்பட்டது. புயல் மற்றும் பஞ்சங்களின் போதும் மீனவர்களுக்கு ஊக்கத்தொகைகள் அளிக்கப்பட்டது. காரணம், படகோட்டிகள் இல்லையென்றால் சென்னையில் வியாபாரம் என்பது இல்லை என்பதை கம்பெனி நிர்வாகம் மிகத்தெளிவாக அறிந்திருந்தது.

படகோட்டிகள் அநேகமும் கிறிஸ்தவர்களாகவே இருந்தார்கள். அவர்களின் திருமணம் மற்றும் மரண திருப்பலிகள் வெள்ளை நகரில் இருந்த செயிண்ட் ஆண்ட்ரூ கோயிலில் நடைபெற்றது. திருவிழாக்களை செயிண்ட் ஆண்ட்ரூ கோயிலில் கொண்டாடினார்கள். சென்னையின் துவக்க காலங்களில் கிறிஸ்தவ மிஷனரிகளால் நடத்தப்பட்ட பள்ளியில் மீனவர்கள் பயின்றார்கள். அதுபோல், குடிக்கும் அடிமையாக இருந்தார்கள். வெற்றிலை பாக்கு இல்லாமல் அவர்களால் இருக்க முடியாது. ஆனால், கடலில் அவர்கள்

வேறுவிதமாக, மகிழ்ச்சியின் உச்சியில் இருந்தார்கள். காலையில் கிளம்பி சுமார் 50மைல் உள்கடலில் மீன்பிடித்துக்கொண்டு மாலையில் திரும்புவார்கள். உயர்ந்து வரும் சமூக மாற்றத்தைப் பயன்படுத்தி படகோட்டிகள் தங்களை மிகவும் துடிப்பான சமூகக் குழுவாக கட்டமைத்துக்கொண்டார்கள்.

1680ஆம் வருடம் நடந்த ஜாதிக் கலகத்தில் படகோட்டிகளும் கட்டுமரக்காரர்களும் பெருமளவில் இந்து மக்களுக்கு ஆதரவாக கலந்துகொண்டார்கள். கலகக்காரர்களுடன் இணைந்து சென்னைக்கு வந்துகொண்டிருந்த அனைத்து சரக்குகளையும் தடுத்தார்கள். காளைவண்டிகளில் கொண்டுவரப்பட்ட ஜவுளிப்பொருட்களை சேதப்படுத்தினார்கள். சில வீடுகளுக்கும் தீவைக்கப்பட்டது. அனைவரும் சென்னைக்கு வெளியில் தங்கியிருந்தார்கள். ஆனால், கம்பெனி நிர்வாகம், சென்னையிலிருந்த அவர்களின் பெண்களையும் குழந்தைகளையும் இந்துக் கோயிலில் சிறைவைத்தார்கள். அதன் பிறகே, மீனவர்கள் சென்னைக்குத் திரும்பி வந்தார்கள். இதன் காரணமாகத்தான், அப்போதிருந்த படகோட்டிகளின் தலைவரை மாற்றிவிட்டு புதிதாக கறுப்பு தோமாவை தலைவராக்கினார்கள்.

1686இல் கறுப்பு நகரத்திற்கும் வெள்ளை நகரத்திற்கும் இடைப்பட்ட தடுப்புச்சுவரை கட்டுவதற்கான செலவை ஈடுசெய்ய வரியை உயர்த்துவதற்கு கம்பெனி தீர்மானித்தது. அனைத்து மக்களும் ஒட்டுமொத்தமாக இதற்கு எதிர்ப்பு தெரிவித்து வேலை நிறுத்தத்தில் ஈடுபட்டார்கள். அனைத்துக் கடைகளும் அடைக்கப்பட்டது. சென்னைக்கு உணவுப்பொருட்கள் கொண்டுவருவதைத் தடுத்தார்கள். வரிவிதிப்பை ரத்துசெய்யாதவரை இந்தக் கிளர்ச்சி தொடருமென்று எச்சரித்தார்கள். ஆனால், கம்பெனி கலகக்காரர்களை கடுமையாக ஒடுக்கியபோது கிளர்ச்சியைக் கைவிட்டார்கள். வண்ணார், முக்குவர், கட்டுமரக்காரர்கள் மற்றும் கூலிகளின் தலைவர்கள் போராட்டம் கைவிடப்பட்டதென்று அறிவித்தபிறகே வேலைக்குத் திரும்பினார்கள். 1707ஆம் வருடம் இடங்கை மற்றும் வலங்கை மக்களுக்கு இடையில் மிகப்பெரிய சண்டை ஏற்பட்டது. பிரச்சனை சுமார் ஆறு மாதங்கள் வரை தொடர்ந்தது. வண்ணார்கள், முக்குவர்கள், மீனவர்கள் பெருமளவில் வெளியேறி சாந்தோமில் குடியேறினார்கள். பாதிரியார்கள் வந்து பேச்சுவார்த்தை நடத்தியும் அவர்களை சமரசப்படுத்த முடியவில்லை. சாந்தோமிலிருந்த நாயக்கர் அவர்களை சென்னைக்கு அழைத்துக்கொண்டுவந்தார்.

கலகத்தில் ஈடுபட்ட படகோட்டிகளின் தலைவர்கள் ஏற்கெனவே

வேலைநீக்கம் செய்யப்பட்டார்கள் என்பதைக் கருத்தில்கொண்டு அப்போதைய தலைவர்களான பாஸ்கல் மற்றும் யோவான் 'சிலரின் தவறான ஆலோசனை காரணமாக கலகத்தில் ஈட்டுபட்டதாகவும், தாங்கள் எந்த ஜாதிக்கும் உட்படாதவர்கள் என்பதை சாந்தோமிலிருந்து திரும்பிவந்து வலங்கை கூட்டத்தாருடன் சேர்ந்தபோதுதான் புரிந்துகொண்டோம்' என்றும் கவர்னருக்கு மனுவளித்தார்கள்.

படகோட்டிகளுக்கும் கம்பெனிக்குமான உறவு எப்போதும் மென்மையாக இருந்ததில்லை. சம்பள உயர்விற்கும், மீன்பிடி உரிமைகளுக்காவும், அதிக்கப்படியான வரிவிதிப்புகளுக்கும் கம்பனியுடன் போராட்டதில் ஈடுபட்டிருந்தார்கள். 1678ஆம் வருடம் சம்பள உயர்விற்காகப் போராடினார்கள். தங்களின் துடுப்புகளையும் எடுத்துக்கொண்டு சாந்தோமிற்குச் சென்றுவிட்டார்கள். சம்பள உயர்வு கிடைத்தபிறகே திரும்பி வந்தார்கள். முதலில் மனுக்கள் அளித்துப்பார்ப்பார்கள். அதன் பிறகு வேலைநிறுத்தம். கடைசியில் சென்னையை விட்டு போர்ச்சுகீசியரின் சாந்தோமிற்குச் செல்வது என்று தங்கள் போராட்டத்தை வடிவமைத்திருந்தார்கள். அதற்கு பலனும் இருந்தது. படகோட்டிகள் இல்லாமல் வியாபாரம் மொத்தமும் முடங்கும். எனவே, படகோட்டிகளின் கோரிக்கையை நிறைவேற்றித்தான் ஆகவேண்டும்.

படகோட்டிகள் சாந்தோமிற்குச் செல்வதைத் தடுக்க முக்குவா நகரத்திற்கும் சாந்தோமிற்கும் இடையில் ஒரு தடுப்புச்சுவர் கட்ட தீர்மானிக்கப்பட்டது. தடுப்புச்சுவர் கட்டப்படவில்லை, அதற்குப் பதிலாக படகோட்டிகளை உளவுபார்ப்பதற்கான ஏற்பாடுகள் செய்யப்பட்டது. 1680இல் மீன்பிடிப்பதை குத்தகைக்கு விட்டபோதும் போராட்டதில் ஈடுபட்டார்கள். கோரிக்கை நிறைவேறும்வரை சென்னைக்கு மீன் எதுவும் கிடைக்காமல் பார்த்துக்கொண்டார்கள். கம்பெனி படகோட்டிகளின் கோரிக்கையை நிறைவேற்றியது. மீன்பிடிப்பதற்கான பாரம்பரியமான முழு உரிமையும் அவர்களுக்கு கிடைக்காதபட்சத்தில், மீன்பிடிப்பதற்கான குத்தகையை அவர்களே எடுத்தார்கள்.

1681ஆம் வருடம் சென்னையில் வசிப்பவர்கள் அனைவருக்கும் நிலவரி விதிக்கப்பட்டது. 1693ஆம் வருடம் வரை படகோட்டிகள் இந்த வரியை கொடுக்கவில்லை. அவர்களின் வரிக்கடன் அதிகரித்துக்கொண்டே வந்தது. கோட்டைக்குப் பக்கத்தில் ஒரு சாக்கடையை அவர்கள் மூடியதற்கான கூலியாக அந்த வரிக்கடன் ரத்துசெய்யப்பட்டது. அதன்பிறகு, 1695ஆம் வருடம் நிலவரிக்காக

படகோட்டிகள் தங்கள் படகுகளை தாங்களே பழுதுபார்த்துக்கொள்ள வேண்டுமென்று கட்டாயப்படுத்தப்பட்டார்கள். இதற்கு படகோட்டிகள் ஒப்புக்கொள்ளவில்லை. 1697இல் கம்பெனி படகோட்டிகளின் வரியைக் கட்டிவிட்டு, அவர்களின் கூலியிலிருந்து அந்தத் தொகையை பிடித்தம் செய்தார்கள். படகோட்டிகள் சுங்கத்துறையின் கீழ் வேலை செய்தார்கள்.

மீனவர்கள் கணியம் மற்றும் ஜோதிடம் பார்ப்பதில் சிறந்திருந்தார்கள். 1684 நவம்பர் 3ஆம் நாள் சென்னையை மிகப்பெரிய புயல் தாக்கியது. அந்தப் புயலின் வருகையை ஒரு மாதத்திற்கு முன்பே படகோட்டிகள் கணித்திருந்தார்கள். அந்தப் புயல் உயிர்ச்சேதங்களை ஏற்படுத்தியது. பல வீடுகள் தரைமட்டமானது. பல வள்ளங்கள் கடலில் மூழ்கின.

1700இல் கறுப்பு நகரத்தின் கோட்டைசுவர்கள் வலுவூட்டப்பட்டது. சுவர்கள் 17அடி அகலம் கொண்டதாக இருந்தது. கோட்டைச் சுவர்களுக்கான செலவை (8053 பகோடாக்கள்) கறுப்பு நகரத்திலிருந்த அனைத்து ஜாதி மக்களிடமிருந்தும் வசூலித்தார்கள். படகோட்டிகள் வெள்ளை நகரத்தில் இருந்ததால் அவர்கள் அந்தப் பட்டியலில் இல்லை. [ஆர்மினியர்கள், செட்டியார்கள், மூர், கோமுட்டி, குஜராத்தி, பிராமணர்கள், அகமுடையார், செம்படவர் என்னும் மீனவர்கள், பட்டினவர் என்னும் கட்டுமரக்காரர்கள், கரையார் என்னும் முக்குவர்கள், இன்னும் பல ஜாதிகள் அந்தப் பட்டியலில் சொல்லப்பட்டுள்ளது.]

முக்குவர்கள் தங்கள் உயிரைப் பயணம் வைத்துத்தான் வேலைசெய்து கொண்டிருந்தார்கள். புயலோ மழையோ, வெப்பமோ குளிரோ, இரவோ பகலோ, எந்த நேரமாக இருந்தாலும், கம்பெனியின் அழைப்பிற்கு படகோட்டிகள் தயாராக இருக்கவேண்டும். பலருடைய உயிர்களைக் காப்பாற்றினார்கள். ஆபத்தில் உதவும் படகோட்டிகளுக்குப் பதக்கங்கள் கொடுக்கப்பட்டது. படகோட்டிகளை உயர்ந்த பண்பாளர்கள் என்றே பலருடைய அனுபவக்குறிப்புகள் சொல்கின்றது. படகோட்டிகள் பலரும் விபத்தில் பலியாகியிருக்கின்றார்கள். கைகால் உடைந்து உடல் ஊனமடைந்திருக்கின்றார்கள். ஞாயிற்றுக்கிழமைகளில் வள்ளங்கள் குறைந்த விலைக்கு வாடகைக்கு கொடுக்கப்பட்டது. அதனால் வரும் வருமானம் பள்ளிகளுக்கும் அறநலன் சார்ந்த பணிகளுக்கும், கோயில் நிதியாகவும் முதலில் பயன்படுத்தப்பட்டது. 1774ஆம் வருடத்திற்குப் பிறகு அந்த வருமானம், ஊனமுற்ற படகோட்டிகளுக்கும் அவர்களின் குடும்ப நலனுக்காகவும்,

படகோட்டிகளின் ஓய்வூதியமாகவும் பயன்படுத்தப்பட்டது.

1746ஆம் ஆண்டு, பிரஞ்சுப்படைகள் புனித ஜார்ஜ் கோட்டையைக் கைப்பற்றியபோது, பிரிட்டிஷ்காரர்களுடன் சேப்பாக்கத்திலிருந்த படகோட்டிகளும் கூடலூரிலிருந்த புனித டேவிட் கோட்டைக்குத் தப்பிச்சென்றார்கள். கோட்டையை மீட்பதற்காக கடற்படையைக் கட்டமைப்பதில் பிரிட்டிஷ்காரர்களுக்கு படகோட்டிகள் உதவிபுரிந்தார்கள்.

1796ஆம் வருடம் சுமார் 250 கப்பல்கள், 700 தோணிகளிலிருந்து சுமார் 1.5 லட்சம் டன் சரக்குகள் இறக்கப்பட்டது. மதராஸப்பட்டினத்தின் முதல் 260 வருடங்களும் கடற்கரையில் முக்குவர்களின் ஆதிக்கமாகவே இருந்தது. அவர்கள் இல்லையென்றால் வீரியம் கொண்ட அலைகளைக்கடந்து சரக்குகளும் பயணிகளும் கடற்கரையை அடைய வாய்ப்புகள் இல்லை. முக்குவர்கள் பொருளாதாரத்திலும் கல்வியிலும் சிறந்திருந்தார்கள்.

1778க்கு பிறகு, போர்க்கப்பல்கள் மற்றும் படையினரின் வருகையும் அதிகரித்தது. 1778 ஜூலை மாதத்தில் மட்டும் சுமார் 12,000 படையினர் சென்னைக்கு வந்தார்கள். எனவே, இடப்பற்றாக்குறையும், சரக்குகளை இறக்குவதற்கான படகுகளுக்கும் பற்றாக்குறை ஏற்பட்டது. எனவே, கப்பல்துறை கட்டுவதற்கு முடிவு செய்யப்பட்டது. 1781ஆம் வருடம் கோட்டைக்குத் தெற்கிலிருந்த கறுப்பு நகரத்தில் ஒரு நிலப்பரப்பு ஒதுக்கப்பட்டு அதில் படகோட்டிகளை இடம்மாற்றம் செய்ய தீர்மானிக்கப்பட்டது. ஆனால், இதற்கு படகோட்டிகள் எதிர்ப்பு தெரிவித்தார்கள். அவர்களின் கோரிக்கை ஏற்கப்பட்டு, அவர்கள் சேப்பாக்கத்திற்கு மாற்றப்பட்டார்கள். ஆனால், கப்பல்துறை கட்டும்முயற்சி கிடப்பில் போடப்பட்டது.

சேப்பாக்கத்திலிருந்து ஒருபகுதி படகோட்டிகள் 1799ஆம் வருடம் ராயபுரத்திற்கு மாற்றப்பட்டார்கள். கத்தோலிக்க படகோட்டிகளால் 1806ஆம் வருடம் கோயில் நிதியம் ஆரம்பிக்கப்பட்டு அந்த நிதியைக்கொண்டு புனித பீட்டர் கோயிலை 1829ஆம் வருடம் கட்டினார்கள்.

1787ஆம் வருடம் சென்னையில் மீன் பற்றாக்குறை நிலவியது. வட சென்னையின் எண்ணூரிலிருந்து தெற்கில் கோவளம் வரை மொத்தம் 26 மீனவ கிராமங்கள் இருந்தன. புலிக்காட்டிலிருந்து மலபார் மீனவர் ஒருவர் பெருமளவில் சென்னைக்கு மீன் வழங்கிக்கொண்டிருந்தார். இறைச்சி மற்றும் கோழி வியாபாரிகள்

விலையைக் குறைப்பதற்கு ஒப்புக்கொண்டார்கள். கொத்தவால் சாவடியில் இருந்த மார்க்கெட் சீர்குலைந்திருந்ததால் புதிதாக சென்ட்ரல் மார்க்கெட் கட்டப்பட்டது.

சில நேரங்களில் படகோட்டிகள் வேண்டுமென்றே, வள்ளத்தை அலையில் கவிழச்செய்து கம்பனிக்கு சேதத்தை உருவாக்குவதாகவும் குற்றச்சாட்டுகள் எழுந்தது. ஒரு கப்பலின் ஒட்டுமொத்த இழப்பில் 90 விழுக்காடு கப்பலிலிருந்து சரக்குகளை கடற்கரைக்கு கொண்டுவரும்போது ஏற்படுகின்றதென்றும், இது நிகர லாபத்தில் 20 விழுக்காடு என்றும் கணக்கிடப்பட்டது. எனவே கப்பல்களை பாதுகாப்பாக நங்கூரமிட்டு எந்த இழப்புமில்லாமல் சரக்குகளை இறக்குவதற்கு துறைமுகம் கட்டுவதுதான் தீர்வு என்று முடிவுசெய்யப்பட்டு 1861ஆம் வருடம் முதல் கப்பல்துறை கட்டிமுடிக்கப்பட்டது. அதிலிருந்து படகோட்டிகள் என்னும் முக்குவர்களின் முக்கியத்துவம் குறையத்துவங்கியது.

1868ஆம் வருடம் வீசிய புயலினால், உயரம் குறைவாகக் கட்டப்பட்ட கப்பல்துறையின் 500மீட்டர் நீளத்திற்கான அலைத்தடுப்புச்சுவர் சேதமடைந்தது. அதன்பிறகு 1876இல் தற்போதைய துறைமுகப்பணிகள் துவங்கப்பட்டு 1900ஆம் வருடம் துறைமுக வேலைகள் முடிவடைந்தது. ஆனால், கிழக்கு நோக்கியிருந்த துறைமுக வாயிலில் நீரோட்டம் காரணமாக வண்டல்படிவு ஏற்பட்டு, துறைமுகவாயில் வடகிழக்காக மாற்றியமைக்கப்பட்டது. சென்னைத் துறைமுகம் 1904ஆம் ஆண்டிலிருந்து முழுமையான பயன்பாட்டிற்கு வந்தது.

சென்னைத் துறைமுகம் கட்டப்பட்ட பிறகு, துறைமுகத்தின் வடக்கில் கடலரிப்பும் தெற்கில் வண்டல் படிவும் தொடர்ந்து ஏற்பட்டுக்கொண்டிருக்கின்றது. துறைமுகக் கட்டுமானத்திற்கு முன்னர், கடற்கரை சாலையுடன் ஒட்டியிருந்த கடல், மணலேற்றம் காரணமாக கிழக்கு நோக்கி நகர்ந்துகொண்டே செல்கின்றது. மெரினாவின் பரந்த கடற்கரை அவ்வாறு உருவானதுதான். சென்னைத் துறைமுகம் படகோட்டிகளின் வீழ்ச்சியின் துவக்கமாக அமைந்தது. 260 வருடங்கள் கோலோச்சிய பிரிட்டிஷ் ஆட்சி, அடுத்த 50 ஐம்பது வருடங்களில் முடிவுக்கு வந்தது. பிரிட்டிஷ்காரர்களைப்போல், படகோட்டிகளும் நம் கண்களிலிருந்து மறைந்துபோனார்கள்.

2

இனயம் மற்றும் அதன் அருகிலிருக்கும் அனைத்து கடற்கரை கிராமங்களும் மிகவும் தொன்மையானவை. இங்கிருக்கும் மீனவர்கள் அனேகமும் முக்குவா இனத்தைத் சார்ந்தவர்கள். இவர்கள் புனித பிரான்சிஸ் சவேரியார் அடிகளாரால் 1544ஆம் வருடம் கத்தோலிக்க கிறிஸ்தவத்துக்கு மதமாற்றம் செய்யப்பட்டவர்கள். புனித பிரான்சிஸ் சவேரியார் மதமாற்றம் செய்வதற்கு முன்னரே புனித தோமையாரால் மதம் மாறியவர்களும் இந்த ஊர்களில் இருந்தார்கள் என்பது இந்தப்பகுதி மக்களின் நம்பிக்கை.

சேந்தன் திவாகரன் நிகண்டில் கடற்கரை மக்கள் பெயராக பரதவர், நுளையர், கடலர், வலையர், சால்வர், திமிலர் என்றும் தலைவன் பெயராக கொண்கன், துறைவன், மெல்லன், புலம்பன், தண்கடற்சேர்ப்பன் என்றும் குறிப்பிடப்பட்டுள்ளது. சூடாமணி நிகண்டில் நெய்தல் மக்கள் பெயராக பரதவர், நுளையர், பஃறியர், திமிலர், சாலர், கடலர், கழியர் என்றும் தலைவன் பெயராக கொண்கன், துறைவன், மெல்லம் புலம்பன், கடற்சேர்பன் என்றும் குறிப்பிடப்பட்டுள்ளது. இதில் பஃறி என்றால் படகு என்றுபொருள். எனவே, பஃறியர் என்றால் படகோட்டிகள்.

பிங்கல நிகண்டில் நெய்தல் மக்கள் பெயராக கடலர், திமிலர், சலவர், நுளையர், பரதர் என்றும் தலைவன் பெயராக மெல்லன், புலம்பன், தண்கடற்சேர்ப்பன், துறைவன், கொண்கன் என்றும் குறிப்பிடப்பட்டுள்ளது. கேரளக்கடற்கரை மீனவர்களை வெளிநிலத்து மக்கள் ‘துறையக்காரர்கள்’ என்றே அழைக்கின்றார்கள். துறையக்காரர்கள் என்பது துறைவன் என்னும் சொல்லிலிருந்து மருவி வந்த வார்த்தை. இரண்டாயிரம் வருடங்களுக்கு முன்னர் எழுதப்பட்ட சங்க இலக்கியப் பாடல்களிலும் மீனவர்களை துறைவன் என்றே குறிப்பிடப்பட்டுள்ளது.

முக்குவா என்னும் சொல் மகர் என்பதிலிருந்து மருவியதாகவும், தென்திருவிதாங்கூரின் முக்குவர்கள் அரையர்கள் என்றும், முக்குவா என்பது மொகயர் என்பதிலிருந்து திரிந்த வார்த்தை என்றும் சொல்லப்படுகின்றது. தமிழக அரசின் பிற்படுத்தப்பட்ட ஜாதிகளின் பட்டியலில் முக்குவர்களை குறிப்பிடும்போது “முக்குவர் அல்லது மொகயர்” என்றே குறிப்பிடப்பட்டுள்ளது. தென்திருவிதாங்கூர்

மீனவர்கள் தங்களை அரையர்கள் என்று இப்போதும் அழைப்பதுண்டு.

சீன கடற்பயணி மாஹான் 1406ஆம் வருடம் கொச்சியைக் குறித்த தன்னுடைய பயணக்குறிப்பில் முக்குவர்களை குறிப்பிடுகின்றார். முக்குவர்கள் ஜாதி அடுக்கின் கீழ்நிலையான ஐந்தாவது அடுக்கில் இருந்ததாகச் சொல்கின்றார். "ஐந்தாவது [ஜாதி அடுக்கிலிருந்த] முக்குவர்கள் அனைவரும் மிகவும் ஏழ்மையான தாழ்ந்த ஜாதியினர். முக்குவர்களின் வீடுகள் மூன்று அடி உயரத்திற்கு மேல் கட்டுவதற்கு அரசாங்கத்தால் அனுமதிக்கப்படவில்லை. அவர்கள் நீண்ட ஆடைகளை அணிய அனுமதிக்கப்படவில்லை. முக்குவர்கள் பொதுவெளியில் நாயர் அல்லது செட்டிகளை சந்திக்க நேர்ந்தால் தரையில் சாஷ்டாங்கமாக விழவேண்டும். அவர்கள் கடந்து செல்லும் வரை எழும்பக்கூடாது. முக்குவர்கள் மீன்பிடித்தும் சுமைசுமந்தும் வாழ்க்கை நடத்தினார்கள்" என்கின்றார். ஆனால், திருவிதாங்கூர் மீனவர்கள் இவ்வாறு இருந்தார்கள் என்பதை நம்புவதற்கில்லை.

மாஹானின் பயணக்குறிப்பு சீன மொழியில் எழுதப்பட்டுள்ளது. அதில் மு—குவா (mu-kua) என்னும் சீனச் சொற்களால் குறிப்பிடுகின்றார். சீன மொழியில் மு என்றால் தூக்கிசெல்வது (to carry). குவா என்றால் மரம், சவப்பெட்டி என்னும் பொருள்படுகின்றது. மு—குவா என்பது பல்லக்கு சுமப்பவர்களை (palanquin bearers) குறிப்பதாகக் கருதலாம். பல நூல்களில் மீனவர்கள் பல்லக்குத் தூக்கிகளாகவும் இருந்தார்கள் என்று சொல்லப்பட்டுள்ளது.

"மோகயர் என்பவர்கள் படகோட்டிகளாகவும், மீனவர்களாகவும், சுமைதூக்குபவர்களாகவும், பல்லக்கு தூக்குபவர்களாகவும் இருந்தார்கள்" என்று பிரான்சிஸ் புக்கனான் மங்களூர் மீனவர்களைக் குறிப்பிடுகின்றார். அதுபோல், முக்குவர் என்பது ஒரு இனம் என்று பிரான்சிஸ் புக்கனான் சொல்கின்றார். எனவே, தற்போதைய முக்குவர் என்னும் ஜாதியை மட்டும் மாஹான் குறிப்பிடவில்லை என்று தெரிகின்றது. எனவே மாஹான் குறிப்பிடும் முகுவா என்பது ஒரு பொதுப்பெயர் என்றே கொள்ளவேண்டும்.

புனித பிரான்சிஸ் சவேரியார் எழுதிய கடிதத்தில் திருவிதாங்கூரில் இருந்த மீனவர்களை மச்சோவாஸ் (matchuas) என்று குறிப்பிடுகின்றார். மச்சோவாஸ் என்றால் சமஸ்கிருதத்தில் மீனவர்களின் ஜாதிப்பெயர் என்று அந்த கடிதத்திலுள்ள குறிப்பு சொல்கின்றது. மச்சாவா (machchawa) என்னும் ஜாதி குஜராத்தில் இருக்கிறது. எட்கர் தட்சன் முக்குவர்கள் குறித்துச் சொல்லும்போது "தெற்கு மலபாரில் இவர்கள்

அரையர்கள் என அழைக்கப்பட்டனர்” என்று தெளிவாகச் சொல்கின்றார். அரையர்கள் என்றால் முக்குவர் தலைவன் என்று பல ஆய்வு நூல்கள் சொல்கின்றன. “[தெற்கு மலபாரைத்தவிர்த்து] வேறு இடங்களில் அரையர்கள் என்பது குலத்தலைவர்களின் பட்டமாகக் கொடுக்கப்பட்டது” என்றும் எட்கர் தட்சன் சொல்கின்றார். இதிலிருந்து தெற்கு மலபாரில் அரையர்கள் என்னும் மீனவர்கள் வாழ்ந்தார்கள் என்பது புலனாகின்றது.

தூவார்தே பர்போசா, முக்குவன் என்பது எவ்வாறு மருவி உருவானது என்று சொல்கின்றார். மாங்குயர்(Monguers) என்பது முசோவா(Muchoa) என்றாகி பின் முகோவா(Mucoa) என்று மாறி அதிலிருந்து முக்குவன்(Mukkuvan) வந்ததாக தன்னுடைய புத்தகத்தில் குறிப்பிடுகின்றார். மாங்குவர் என்பது மோகர் என்பதிலிருந்து வந்தது. மோகர் என்றால் மூழ்குதல். மாங்குவர் என்பவர்கள் வடக்கு மலபாரில் இருந்தார்கள் என்றும் சொல்கின்றார். எட்கர் தட்சன் முக்குவர்களும் அரையர்களும் வேறுவேறு ஜாதிகள் என்று தனக்குச் சொல்லப்பட்டதாக அவர் சொல்கின்றார் (“I am informed that the mukkuvans claims that to be a caste distinct from Arayans”). அரையர்கள் என்பது முக்குவர்களின் தலைவர்கள் என்றும் சொல்லப்படுகின்றது. குஜராத்தில் முச்சாவா (muchhawa) என்னும் ஜாதி இப்போதும் இருக்கிறது.

தொழில்நுட்பம் வளர்ச்சியடைந்த இன்றைய காலகட்டத்திலும் இனயம் பகுதி மீனவர்கள் பாரம்பரிய முறையிலேயே மீன்பிடிக்கின்றார்கள். புலிச்சுறாவோ, கொம்பன் சுறாவோ, கட்டக்கொம்பனோ எதுவானாலும் வெறும் கையினால் மட்டுமே பிடிக்கின்றார்கள். ஆழ்கடல் ரேகைகளைக்கூட விண்மீன்களின் உதவியுடன் மிகத்துல்லியமாக கணிக்கின்றார்கள். இந்தப் பகுதிகளிலிருக்கும் மீன்கள் நிறைந்த பவளப்பாறைகளின் இருப்பிடங்கள் இவர்களுக்கு மிகத்துல்லியமாகத் தெரியும். இந்த அனுபவங்களை மீனவர்கள் உருவாக்கியெடுப்பதற்கு, ஆயிரக்கணக்கான வருடங்களுக்கும் மேலாக கடலை ஆளுமை செய்யவேண்டும். பண்டைய இந்தியாவில் மீன்களின் இருப்பிடத்தை அறியவும் கடல்பயணத்தின்போது கடலில் திசையை அறியவும் பயன்படுத்தப்பட்ட ‘மச்ச யந்த்ரா’ மீனவர்களின் அனுப அறிவின் ஒரு சிறுபகுதி.

விசைப்படகுகளின் வருகைக்கு முன்பே, கட்டுமரங்களிலும் படகுகளிலும் பல நாட்கள் தொடர்ந்து ஆழ்கடலில் தங்கியிருந்து மீன்பிடித்துக்கொண்டு வருவார்கள். கேரளாவில் படகிற்கு மஞ்சி

என்ற பெயரும் உண்டு. மச்சுவா என்ற சொல்லாலும் படகை குறிப்பிடுவதுண்டு. எனவே, முக்குவா என்னும் பெயர், எட்கர் தட்சன் சொல்வதுபோல் முங்குதல் என்பதிலிருந்து வந்ததைவிட, படகோட்டிகள் என்பதிலிருந்து உருவாகியிருக்கவே அதிக வாய்ப்புகள் இருக்கிறது.

3

விஜயநகரப் பேரரசின் (வடகர்) படையெடுப்பிலிருந்து திருவிதாங்கூர் சமஸ்தானத்தை பேச்சுவார்த்தை நடத்திக் காப்பாற்றியதற்காக திருவிதாங்கூரின் அப்போதைய அரசர் பூதள வீர உதய மார்த்தாண்ட வர்மாவினால், தென் திருவிதாங்கூரின் கடற்கரை ஊர்களில் பூவார், கோங்கோடு, வள்ளவிளை, தூத்தூர், புத்தன்துறை, தேங்காய்ப்பட்டணம், இனயம், மிடாலம், வாணியக்குடி, குளச்சல், கடியப்பட்டினம், முட்டம், பள்ளம், மணக்குடி) மதமாற்றத்தை மேற்கொள்ள புனித சவேரியாருக்கு அனுமதியளிக்கப்பட்டது. கோயில்கள் கட்டுவதற்கு 2000 பணமும் அவருக்கு கொடுக்கப்பட்டது. பத்தாயிரத்திற்கும் அதிகமான மீனவர்கள் கிறிஸ்தவ மதத்திற்கு மாறினார்கள். பாதிரியார்களுக்கு ஒத்துழைப்பு வழங்காத, மதக்கடமைகளை நிறைவேற்றாத மீனவர்களின் வலைகளும் வள்ளங்களும் சேதப்படுத்தப்படுமென்று எச்சரிக்கப்பட்டது.

1568இல் 17 கோயில்கள் இனயம் பகுதி கடற்கரையில் இருந்தது. அந்தக் காலகட்டத்தில் கடல்பயணமும் மீன்பிடித்தலும் இந்த பகுதி மக்களின் தொழிலாக இருந்தது. ஒவ்வொரு ஊரிலும் போலீஸ்காரர்கள் மற்றும் நீதிபதிகளை பாதிரியார்கள் நியமித்தார்கள். லஞ்சம் பெற்று தவறாகத் தீர்ப்பு சொன்ன நீதிபதிகள் பதவி— யிலிருந்து நீக்கப்பட்டார்கள். 1572 மற்றும் '1604ஆம் வருடங்களில் இந்து நாடார்களுக்கும் கிறிஸ்தவர்களுக்கும் மிகப்பெரிய ஜாதிக்கலவரம் மூண்டது. உயர்ஜாதி அரசப்படைகளின் உதவியுடன் மீனவர்கள் தாக்குதலுக்கு உள்ளானார்கள். பல கிராமங்களில் கிறிஸ்தவக் கோயில்கள் எரிக்கப்பட்டன. நிலைமை சீரடைய வெகுகாலமானது. கோவாவிலிருந்த போர்ச்சுகல் வைஸ்ராயின் எச்சரிப்பு காரணமாக வேணாடு அரசின் ஒத்துழைப்புடன் கோயில்கள் திருப்பியெழுப்பப்பட்டன.

கோயில்களுக்குத் தேவையான மரக்கட்டுமானங்கள் அனைத்தும்

வேணாடு அரசால் மீனவர்களுக்குக் கொடுக்கப்பட்டது. மீனவர்களுக்கு வலை வரியும், திருவிழா கொண்டாடுவதற்கான வரியும் விதிக்கப்பட்டிருந்தது. வருடத்திற்கு ஒவ்வொரு வள்ளத்திற்கும் இரண்டு ரூபாய் நான்கு அணா வரியாக வசூலிக்கப்பட்டது. வலை வரிதான் பின்னாட்களில் தலை வரியாக பிறஜாதிகள் மீது திணிக்கப்பட்டது. மீனவப்பெண்கள் சேலையணிந்து வெளியில் செலவதற்கான உரிமை இருந்து. பொதுவாக, தென் திருவிதாங்கூரின் முக்குவா இனமக்கள் ஆழ்கடலில் மீன்பிடிப்பவர்கள். காலனீய காலகட்டத்திலும் அதற்கு முன்பும் கட்டுமரம், வள்ளம் மற்றும் பாய்மரங்களின் உதவியுடன் வலை மற்றும் தூண்டில் கொண்டு மீன்பிடித்துக்கொண்டிருந்தார்கள்.

பதினெட்டாம் நூற்றாண்டில் திருவிதாங்கூர் சமஸ்தானத்தை கட்டியெழுப்பிய மார்த்தாண்ட வர்மா மீனவர்கள் மீது அக்கறை கொண்டிருந்தார். மீனவர்கள் எப்போதும் மார்த்தாண்ட வர்மாவிற்கு விசுவாசமானவர்களாகவே இருந்திருக்கின்றார்கள். நாயர்கள் மார்த்தாண்ட வர்மாவை கொலைசெய்ய முற்பட்டபோது தடிகளுடன் பெருந்திரளில் சென்று மார்த்தாண்ட வர்மாவைக் காப்பாற்றினார்கள். மார்த்தாண்ட வர்மாவிற்கு மீனவர்களுடன், அவர்களின் வள்ளங்களில் (மஞ்சிகளில்) படையெடுத்துச்சென்று ஐரோப்பாவைக் கைப்பற்றும் எண்ணம் இருந்திருக்கின்றது.

முக்குவர்களும் அரையர்களும் கடற்படைத் தளபதிகளாக இருந்திருக்கின்றார்கள். இந்திய வரலாற்றின் போக்கை மாற்றியமைத்த டச்சு படைகளுக்கும் திருவிதாங்கூர் சமஸ்தானத்திற்குமிடையில் நடந்த குளச்சல் யுத்தத்தில் (1740—41) மீனவர்களின் பங்கு அளப்பரியது. 1740 நவம்பர் 26ஆம் நாள் குளச்சல் கடற்கரைக்கு வந்த டச்சு கடற்படை தொடர்ந்து மூன்று நாட்கள் குண்டுவீசித் தாக்கியது. கடற்கரையிலிருந்து மக்கள் சிதறியோடினார்கள். குளச்சல் கைப்பற்றப்பட்டது. திருவிதாங்கூரை கைப்பற்றும் நோக்கத்தோடு பத்மநாபபுரம் நோக்கிச்சென்ற டச்சுப்படை போகும் வழியெங்கும் பலத்த சேதத்தை ஏற்படுத்தியது. பத்மநாபபுரம் கோட்டையை கைப்பற்றும் அளவிற்கு படைபலம் இல்லையென்பதை உணர்ந்த டச்சுப்படை திரும்பிவந்து குளச்சலில் நிலைகொண்டது.

குளச்சல் கோயில் ஆயுதக்கிடங்காகப் பயன்படுத்தப்பட்டது. கடியபட்டினம், மிடாலம் மற்றும் தேங்காய்பட்டணம் கிராமங்களும் கைப்பற்றப்பட்டன. அப்போது குளச்சலிலும், தேங்காய்ப்பட்டணத்திலும் நெசவுத்தொழில் சிறந்து விளங்கியது. தேங்காய்ப்பட்டணம்

குண்டடிபட்டான் பாறையில் பீரங்கித்தாக்குதலின் தடம் இன்னும் இருக்கிறது. குளச்சல் கோயில் பலத்த சேதமடைந்தது. குளச்சலில் இருந்த யேசுசபை பாதிரியார் குண்டடிபட்டு இறந்துபோனார். பலத்த உயிர்ச்சேதங்களை கடற்கரை நெடுகிலும் டச்சுப்படையினர் ஏற்படுத்தினார்கள். இறந்த உடல்கள் மலைபோல் குவிந்து கிடந்தன. அதன்பிறகு, குளச்சல் கடற்கரைக்கு வந்திறங்கிய டச்சுப்படைகள் கோட்டை கட்டுவதற்கு கூலிகளாக குளச்சல் மீனவர்களை அணுகியபோது அவர்கள் இணங்கவில்லை. மீனவர்கள் கிறிஸ்தவர்கள் என்பதால் தங்களுக்கு உதவி செய்வார்கள் என்று டச்சுக்காரர்கள் நினைத்திருந்தார்கள்.

திருவிதாங்கூர் படைகள் டச்சுக்கோட்டையை சுற்றிவளைத்திருந்தபோது, குளச்சல் கோட்டையிலிருந்த டச்சுப்படைகளுக்கு கடல்வழியாக தொடர்புகள் எதுவும் இல்லாமல் மீனவர்களால் பார்த்துக்கொள்ளப்பட்டது. இனயம் கடற்கரையில் மீனவர்கள் அல்லாதவர்களால் தென்மேற்குப் பருவமழை காலகட்டத்தில் கடல்கடந்து செல்வது அவ்வளவு எளிதானதல்ல. மீனவர்கள் கடலில் நீந்தியும் படகில் சென்றும் டச்சுப்படைகளின் தோணிகளை மூழ்கடித்தார்கள் என்பது வாய்வழிச்செய்தியாக இருக்கிறது. 400 டச்சு வீரர்களை 15,000 திருவிதாங்கூரின் படைவீரர்கள் சுற்றிவளைத்து நின்றார்கள். டச்சுப்படை குண்டுகளால் தாக்கி திருவிதாங்கூர் படைக்கு பலத்த சேதத்தை ஏற்படுத்தியது. டச்சுக்காரர்கள் கன்னியாகுமரிக்கு கடல்வழியாக கடிதம் கொண்டுசெல்வதற்கு மீனவர்களை அணுகியபோது குளச்சல் மீனவர்கள் மறுத்துவிட்டார்கள். டச்சுப்படை தென் திருவிதாங்கூர் கடற்பகுதி முழுவதையும் தன் கட்டுப்பாட்டுக்குள் கொண்டுவந்தது. அரபிக்கடலில் கிடந்த அனைத்துக் கப்பல்களும் டச்சுப்படையால் சிறைபிடிக்கப்பட்டது.

1741 ஜூலை 1ஆம் நாள் இரண்டு கப்பல்கள் குளச்சல் கடற்கரைக்கு வந்தன. மீனவர்கள் கடற்கரை நெடுகிலும் முதல் வரிசையில் தோளில் தடிகளுடன் நின்றிருந்தார்கள். தென்மேற்குப் பருவமழை காலத்தின் கடற்சீற்றம் மற்றும் கனமழை காரணமாகவும் திருவிதாங்கூர் படைகளின் தடுப்பையும் மீறி டச்சுப்படைகளால் கடற்கரையை நெருங்க முடியவில்லை. 1741 ஆகஸ்ட் 10ஆம் நாள் யுத்தம் முடிவுக்கு வந்தது. டச்சுப்படை மார்த்தாண்ட வர்மாவிடம் சரணடைந்தது. கோட்டையிலிருந்த டச்சுப்படை வீரர்களுக்கு வெடிமருந்துகளும், உணவுப்பொருட்களும் கடல்வழியாக கிடைக்காத காரணத்தினாலும், தென்மேற்குப் பருவமழைக்கு டச்சுப்படையினரால் தாக்குப்பிடிக்க முடியாத காரணத்தாலும், வெடிகுண்டு பவுடர்

மழையில் ஈரமானதாலும், அதிகப்படியான டச்சுப்படைகள் கன்னியாகுமரியிலிருந்து வரமுடியாத காரணத்தினாலும் குளச்சல் யுத்தம் முடிவுக்கு வந்தது.

நான் சிறுவனாக இருந்தபோது, கடலில் விளையாடிக்கொண்டிருந்த எங்களுக்கு ஐந்தடி நீளமுள்ள தோணியின் நங்கூரம் கிடைத்தது. அதன் முக்கியத்துவம் அப்போது எங்களுக்குத் தெரியவில்லை. அதை, சேதப்படுத்தி குப்பையில் போட்டோம். இப்போதும், வள்ளவிளையில் கரைமடி வலையை கடலில் வீசும்போது, வள்ளவிளைக்கு மேற்குப்பக்கம் ஒரு குறிப்பிட்ட இடத்தில் வலையை கவனமாக வீசுவார்கள். சேதமடைந்த ஒரு தோணி கடலில் மூழ்கிக் கிடப்பதாகச் சொல்வார்கள். அது, குளச்சல் யுத்தத்தின்போது மீனவர்களால் சேதப்படுத்தப்பட்டது என்றும் சொல்லப்பட்டது. பல நேரங்கள் கரமடி வலைகள் சேதமடைந்திருக்கின்றன.

ராஜா கேசவதாஸ் என்னும் கேசவபிள்ளை திருவிதாங்கூரின் திவானாக இருந்தபோது, 1800ஆம் ஆண்டுகளின் துவக்கத்தில் பூந்துறை மற்றும் குளச்சல் துறைமுகங்கள் விரிவுபடுத்தப்பட்டது. விழிஞ்சம் துறைமுகம் புதிதாகக் கட்டப்பட்டது! சேமிப்புக்கிடங்கும், விசாலமான பங்களாவும் கட்டப்பட்டு, அதில் மீனவர்கள் குடியமர்த்தப்பட்டார்கள். இதனால், திருவிதாங்கூர் சமஸ்தானத்தின் வருவாய் பலமடங்கு பெருகியது.

மீனவர்களின் சுயமுயற்சியால் துவங்கப்பட்ட, நூற்றாண்டுகளைக் கடந்த பள்ளிக்கூடங்கள் கடற்கரைகளில் இருக்கின்றன. திரு. சைமன் அலெக்ஸாண்டர், கொட்டில்பாடு துரைசாமி போன்றவர்கள் அரசியலில் முத்திரை பதித்திருக்கின்றார்களா. சுதந்திர இந்தியாவில் கொச்சி மற்றும் திருவிதாங்கூர் சமஸ்தானங்கள் இணைந்து திருவிதாங்கூர்—கொச்சி என்னும் மாநிலம் உருவாக்கப்பட்டது. அதில் தனித்தொகுதியாக கொல்லங்கோடு தொகுதி கிறிஸ்தவர்களுக்கு ஒதுக்கப்பட்டது. திருவிதாங்கூர்—கொச்சி மாநிலத்தில் நடந்த இரண்டு தேர்தல்களிலும் குளச்சலைச் சார்ந்த திரு. சைமன் அலெக்ஸாண்டர் சட்டமன்ற உறுப்பினராக தேர்ந்தெடுக்கப்பட்டார். குளச்சலுக்கும் கோடிமுனைக்கும் இடைப்பட்ட ஊரான சைமன் காலனி திரு. சைமன் அலெக்ஸாண்டரின் பெயரால் இன்று அறியப்படுகின்றது.

திருவிதாங்கூரில் சிறுபான்மையினராக இருந்த தமிழர்களின் நலனுக்காக கன்னியாகுமரி மாவட்டத்தை தமிழ்நாட்டுடன் இணைப்பதற்கு போராட்டங்கள் நடத்தப்பட்டது. போராட்டம்

வென்று கன்னியாகுமரி தமிழ்நாட்டுடன் இணைந்தபோது, நிஜமான சிறுபான்மையினரான மீனவர்களின் சொத்தான கொல்லங்கோடு தொகுதி இல்லாமலானது. அதற்குப் பதிலாக தனித்தொகுதி அந்தஸ்தில்லாத குளச்சல் பொதுத்தொகுதி உருவானது. மீனவர்கள் மூன்று தொகுதிகளாக சிதறடிக்கப்பட்டார்கள். குளச்சல் தொகுதியிலிருந்து தேர்ந்தெடுக்கப்பட்டு, மீன்வளத்துறை அமைச்சராக இருந்த திருமதி. லூர்தம்மாள் சைமன் அவர்கள் திருவிதாங்கூர்—கொச்சியின் முன்னாள் சட்டமன்ற உறுப்பினர் திரு. சைமன் அலெக்ஸாண்டர் அவர்களின் துணைவியாவார். கொல்லங்கோடு தற்போது வள்ளவிளை, மார்த்தாண்டன்துறை மற்றும் நீரோடி கடற்கரை கிராமங்களை உள்ளடக்கிய, ஒரு நகரப் பஞ்சாயத்தாக சுருங்கியிருக்கின்றது. [கொல்லங்கோடு என்னும் பெயரில் பாலக்காட்டிலும் ஒரு ஊர் இருக்கிறது.]

லூர்தம்மாள் சைமன் அமைச்சராக இருந்தபோதுதான் மீனவர்களுக்கு இந்தோ நார்வேஜியன் திட்டப்படி 1957க்குப் பிறகு விசைப்படகுகள் அறிமுகப்படுத்தப்பட்டது. தென்மேற்குக் கடற்கரை மீனவர்களின் பொருளாதார வளர்ச்சி அப்போதுதான் துவங்கியது. திருமதி. லூர்தம்மாள் சைமன் அரசியலில் இருந்து வெளியேற்றப்பட்டார். அவர் அரசியலில் தொடராமல் போனது மீனவர்களின் துரதிர்ஷடம். திருமதி. லூர்தம்மாள் சைமனுக்குப்பிறகு மீனவர்கள் அரசியலில் அனாதைகள் ஆக்கப்பட்டார்கள். 60 வருடங்களுக்குப் பிறகும் மீனவர்களுக்கு அரசியலில் விடிவு பிறக்கவில்லை.

பொருளாதாரத்தில் கீழிருந்த பல சமூகங்கள் அரசியல் மற்றும் இடஒதுக்கீட்டைப் பயன்படுத்திக்கொண்டு வளர்ந்து மேலே சென்றுவிட்டன. ஓரளவிற்கேனும் மீனவர்களுக்கும் மற்ற சகோதர ஜாதிகளுக்கும் இடையில் ஒரு குறைந்தபட்ச பொருளாதார சமநிலையை உருவாக்கவேண்டுமென்றால், மீனவர்களை பழங்குடியினர் பட்டியலில் சேர்க்கவேண்டும். அதுபோல், மீனவர்கள் நேரடியாக அரசாங்கத்திற்கு தங்கள் தேவையை, கோரிக்கைகளை எடுத்துக்கூற வாய்ப்புகளை ஏற்படுத்தித்தரவேண்டும். எனவே, கொல்லங்கோடு சட்டமன்றத் தொகுதியை மீனவர்களுக்கான தனித்தொகுதியாக்க வேண்டும்.

விழிஞ்சத்தில் புதிதாகக் கட்டப்படும் துறைமுகத்தினால் அதைச்சுற்றியுள்ள மீனவ கிராமங்களுக்கு பாதிப்பு ஏற்படுமென்பதால், கேரள அரசு பின்தங்கிய வகுப்பினருக்கு கிடைக்கும் அனுகூலங்கள்

மீனவர்களின் பெண்குழந்தைகளுக்கும் கிடைப்பதற்கான உத்தரவை போட்டிருக்கின்றது. ஜாதி அடுக்கின் கீழிருந்த மீனவர்கள் தற்போதும் அதேநிலையிலேயே இருக்கிறார்கள். இணைஜாதிகளும், சகோதர ஜாதிகளும் இன்று இட ஒதுக்கீட்டின் பயனைப்பெற்று கல்வியிலும், வேலைவாய்ப்பிலும், பொருளாதாரத்திலும் சிறந்து விளங்குகின்றார்கள். ஆனால், முக்குவா இனம் மட்டும் முட்டி மோதி மேலேவரவேண்டியிருக்கின்றது. இதுவரை முக்குவா மக்கள் பிற்படுத்தப்பட்டோர் பட்டியலில் இருக்கிறார்கள். முக்குவர்களுக்கு இணையான மோகர், பரவர், பரதர் (கேரளா) ஆகிய ஜாதிகள் பட்டியல் ஜாதி பட்டியலிலும் மலை அரையன் பழங்குடியினர் பட்டியலிலும் இருக்கிறார்கள். முக்குவா இனமக்கள் அனேகமும் கிறிஸ்தவர்களாக இருந்தாலும், ஹிந்துக்களும் இருக்கிறார்கள். அன்னை அமிர்தானந்தமயி ஒரு முக்குவா பெண்மணி.

மீனவர்களை பழங்குடியினர்/பட்டியல் ஜாதி பட்டியலில் சேர்க்க வேண்டுமென்பது மீனவர்களின் நீண்டநாள் கோரிக்கை. கிறிஸ்தவர்களை பட்டியல் ஜாதியில் இணைப்பதற்கான எந்தவித வாய்ப்புகளும் இல்லை. காரணம், ஹிந்து, சீக்கியர் மற்றும் புத்த மதத்தைத்தவிர வேற்று மதத்தினரை பட்டியல் ஜாதியினராக கருதக்கூடாதென்று இந்திய அரசியலமைப்பு (பட்டியல் ஜாதி) ஆணையில் மிகத்தெளிவாக சொல்லப்பட்டிருக்கின்றது. ஆனால், மலைவாழ் மக்களுக்கு இணையான, அனைத்து ஜாதிகளுக்கும் உட்பட்ட மீனவர்களை பழங்குடியினர் பட்டியலில் சேர்ப்பதில் எந்தச் சிக்கலும் இருப்பதாகத் தெரியவில்லை.

குறிப்புகள்:

1. A journey from Madras through Mysore, Canara, and Malabar, Francis Buchanan
2. Book of Duarte Barbosa (Volume 1), Mansel Longworth Dames
4. Castes and Tribes of Southern India (Volume 1), Edgar Thurston
5. Vestiges of Old Madras 1640-1800, Henry Davidson Love
6. Madras Rediscovered, S. Muthiah
7. Tales of old and New Madras, S. Muthiah
8. The founding of Madras, N S Ramaswami
9. Coastal Histories Social and Ecology in pre-Modern India, Yogesh Sharma
10. Shorelines Space and Rights in South India, Ajantha Subramanian

11. The Dutch Power in Kerala, M O Koshy

12. The Constitution (Scheduled Castes) Order, 1950 (C.O.19)

13. The Life and Letters of St. Francis Xavier, Henry James Coleridge (LetterNo. XL)

14. Mahuan's Account of Cochin, Calicut , and Aden, Geo Phillips

15. Christianity in Travancore, By Gordon Thomson MacKenzie

16. Malabar Manual, William Logan

17. History of Christianity in India, Thekkedath

18. The Travancore State Manual, V. Nagam Aiya

19. http://www.bcmbcmw.tn.gov.in/bclist.htm

20. http://www.bcmbcmw.tn.gov.in/obc/faq/tamilnadu.pdf

21. http://socialjustice.nic.in/UserView/index?mid=76750

22. https://www.drdo.gov.in/drdo/ceptam/download/STlist.pdf

23. https://chinese.yabla.com/chinese-pinyin-chart.php

24. Madras Miscellany, S. Muthiah

25. The Indian Law Reports, Madras Series, Vol. XVII - 1894. January - December